7 BÍ QUYẾT

ĐỔI ĐỜI DÀNH CHO NGƯỜI VIỆT

VỀ TÁC GIẢ

Tác giả Chí Tâm, Smith Taylor, Sohn Yonghwa hân hạnh giới thiệu với quý đọc giả cuốn sách miễn phí này.

Chúng tôi cũng phát hành miễn phí cuốn " *Biết ngày sinh biết ngay cách thao túng*" nhằm mục đích giúp các bạn trẻ Việt biết mình là ai trong lựa chọn nghề nghiệp, biết làm sao để may mắn đến với mình.

Bên cạnh đó, chúng tôi đã viết cuốn sách *"Biết ngày sinh, biết ngay cách tán tỉnh"*, với mong muốn làm giảm tỉ lệ ly hôn ở Việt nam xuống mức thấp nhất. Tỉ lệ ly hôn ngày càng tăng, đặc biệt là các cặp vợ chồng trẻ, cho thấy sự mất ổn định, thiếu bền vững của các gia đình Việt Nam hiện nay. Trong số các cặp đôi ly hôn, 70% số vụ thuộc về các gia đình trẻ trong độ tuổi từ 18-30, 60% ly hôn sau từ 1-5 năm chung sống, nhiều trường hợp chỉ kết hôn được vài tháng hoặc vài ngày.

Tác giả Smith Taylor, người Anh và Sohn Yonghwa người Hàn nhận ra rằng văn hoá lối sống người Việt còn nhiều bất cập. Là công dân của những quốc gia phát triển, hai tác giả này đương nhiên có thể nhận ra người Việt còn có điều gì chưa đạt khi so sánh với công dân nước họ. Do đó, họ viết nên cuốn sách "7 Bí quyết đổi đời dành cho người Việt". Chí Tâm đã kết hợp với hai tác giả này viết nên cuốn sách nhằm mục đích sau cùng là một ngày nào đó, người Việt sẽ sánh ngang với các cường quốc trên thế giới.

CUỐN SÁCH NÀY CÓ THỂ GÂY RA NHỮNG LUỒNG Ý KIẾN TRÁI CHIỀU. NHƯNG TÔI TIN BẠN ĐỦ CHÍN CHẮN ĐỂ TIẾP THU NÓ.
SÁCH NÀY CÓ THỂ CHỈ ĐÚNG VỚI 60% NGƯỜI VIỆT NHƯNG TÔI HI VỌNG CUỐN SÁCH NÀY CÓ THỂ HỮU ÍCH.

MỤC MỤC

CHƯƠNG 1 SỰ THẬT VỀ " KHÔNG AI GIÀU BA HỌ, KHÔNG AI KHÓ BA ĐỜI". 9

I Điều gì xảy ra khi con cái các đại gia Việt… chưa lo làm đã lo phá. 11

II Điều ít ai biết về tính " sĩ diện hão". 29

CHƯƠNG 2 NGƯỜI VIỆT THÀNH ĐẠT THƯỜNG LƯỜI LÀM CÁC VIỆC NÀY. 46

Việc làm 1 Có nên thấy việc lớn thì kinh, việc nhỏ thì khinh, việc bình thường thì không thích hay không. 49

Việc làm 2 Đừng nên nói được cái miệng. 63

Việc làm 3 Có nên không đói cũng ăn vụng, không túng cũng làm càn hay 64

Việc làm 4 Chúng ta có nên che giấu tật xấu, thực trạng của chính mình hay không. 70

CHƯƠNG 3 PHÁT HIỆN BỐN BƯỚC ĐƯA KINH TẾ VIỆT ĐI LÊN. 76

I Không phải lười biếng, đây mới là nguyên nhân khiến mỗi người trẻ   Việt chưa thành đạt. 79

II Người Việt muốn thành công cần luyện cái này trước. 87

III Cách đơn giản nhưng hiệu quả giúp người Việt thành công hơn. 101

IV Nghệ thuật giúp người Việt làm ăn lớn hơn. 111

CHƯƠNG 4 BẤT NGỜ PHƯƠNG PHÁP GIẢI PHÓNG TIỀM NĂNG CHO HỌC SINH VIỆT NAM. 133

I Học cao không chí có tốt không. 135

II Hiếu học vì hiếu danh: kết quả thế nào. 144

III Khiêm tốn hão: điều gì ngăn trở sự tự tin của giới trẻ Việt. 150

IV Hiếu học nhưng sao bạn không hiểu đọc. 161

CHƯƠNG 5   ĐẰNG SAU THỨ CẢN TRỞ NĂNG SUẤT LAO ĐỘNG VIỆT

I   Thực trạng. ....

II Điều khó tin gì đang cản trở năng suất lao động Việt. ....

III Bí quyết đơn giản nhưng hiệu quả giúp tăng năng suất lao động. ....

CHƯƠNG 6   BÍ MẬT ĐEN TỐI VỀ LỐI TƯ DUY CỦA NGƯỜI VIỆT. ....

I Người Việt: Song Tử lai Kim Ngưu. ....

II   Khi người Việt tư duy theo lối trẻ con. ....

III   9 Lời khuyên giúp đổi mới tư duy cho người Việt. ....

CHƯƠNG 7   NGỠ NGÀNG NGUYÊN NHÂN NGƯỜI VIỆT CHƯA CHINH PHỤC ĐƯỢC THẾ GIỚI ....

I Vì sao dân Việt ca ngợi mình là một dân tộc có phẩm chất, trí tuệ vượt trội. ....

II   Hiểu tác hại của chứng mê công (hư) danh, cuồng địa vị khi xem hết phần này. ....

III Giải mã vì sao giáo dục Việt Nam chưa hiệu quả. ....

IV   Kiên trì, bền chí kết hợp với điều này, người Việt sẽ thành công. ....

V   5 Nguyên tắc giúp người Việt chinh phục thế giới. ....

VI Thanh niên Việt có IQ cao cần biết điều này để thành công. ....

VII Những lưu ý để tăng EQ cho thanh niên Việt. ....

LỜI NHẮN NHỦ ....

Chí Tâm
Biết ngày sinh
biết ngay cách tán tỉnh
Ngày sinh nói gì về khả năng tình dục của bạn

Chí Tâm
Biết ngày sinh biết
ngay cách thao túng
Thành công là khi bạn biết
nắm bắt tâm lý con người

LỜI NÓI ĐẦU

Thân mến đến quý đọc giả, từ những tác phẩm trước của tôi như *"Biết ngày sinh, biết ngay cách tán tỉnh"* hay cuốn *"Biết ngày sinh biết ngay cách thao túng"* là những đầu mối mà tôi muốn đưa bạn đến với điểm đến cuối cùng chính là cuốn sách này.

Nhìn chung rằng cách mà người Việt chúng ta thường hay thực hiện là "muốn đi tắt đón đầu" nhằm vươn ra thế giới hướng tới thành công. Cá nhân tôi đánh giá cao hướng đi "dám nghĩ dám làm" này, tuy nhiên đối với một nền kinh tế còn non trẻ và chưa có một nền tảng vững chắc thì vẫn là một thách thức lớn. Cái mà một nền kinh tế như chúng ta cần là phát triển từ gốc từ rễ chứ không phải "đi tắt đón đầu".

Kiến thức và kinh nghiệm từ các quốc gia đã phát triển là một trong những nguồn lực không thể thiếu nhưng cũng quan trọng không kém phần nào chính là phần nội lực của người Việt chúng ta. Muốn đi lên một cách nhanh chóng nhưng phần phẩm chất và tố chất ở đây vẫn chưa đủ để vực dậy được nền kinh tế nước nhà. Vậy thì giải pháp cho vấn đề nằm ở đâu thì mời quý đọc giả cùng tôi đi vào những góc nhìn mà tôi cho rằng từ đó có thể giải quyết được câu hỏi mà chúng ta đang tìm kiếm này.

TÔI KHÔNG MONG BẠN ÁP DỤNG TẤT CẢ NHỮNG GÌ VIẾT TRONG SÁCH NÀY VÀO CUỘC SỐNG. TÔI CHỈ MONG CHIẾN LƯỢC PHÁT TRIỂN GIÁO DỤC VIỆT Ở CHƯƠNG 7 ĐƯỢC ÁP DỤNG TRIỆT ĐỂ.

Chương 1:
Sự thật về " không ai giàu ba họ, không ai khó ba đời"

Tôi là một con người vừa yếu vừa hèn. Nhiều người trong xã hội yếu nhưng không hèn, nghèo nhưng không hèn. Nhưng bản thân tôi nghèo, nhưng vẫn hèn, không có chí lớn. Có một người nước ngoài đã nói với tôi: người ta khinh anh không phải vì anh nghèo, mà người ta khinh anh vì anh hèn.

Bản thân tôi mãi vẫn còn trẻ con mặc dù tôi đã hơn 20 tuổi. Nhận thức, tư duy, suy nghĩ của tôi vẫn còn trẻ con. Thậm chí một người nước ngoài còn nói khía tôi, anh ta nói : "đất nước của anh giống như vùng đất Neverland trong tác phẩm Peter Pan của nhà văn J. M Barrie", vì vùng đất này là vùng đất của những đứa trẻ không bao giờ lớn. Bản thân tôi cũng chưa hề can đảm nhìn vào cái hèn của mình, chưa đủ tư duy để nhận ra sự trẻ con của mình. Đã có lúc tôi chấp nhận số phận, chấp nhận bản thân mình, chấp nhận mình hết thuốc chữa.

Cho đến một ngày tôi nhận ra mình phải thay đổi. Nếu không tôi mãi vẫn nghèo, mãi vẫn hèn. Giá như quý độc giả rút được kinh nghiệm từ tôi khi đọc những dòng sau…

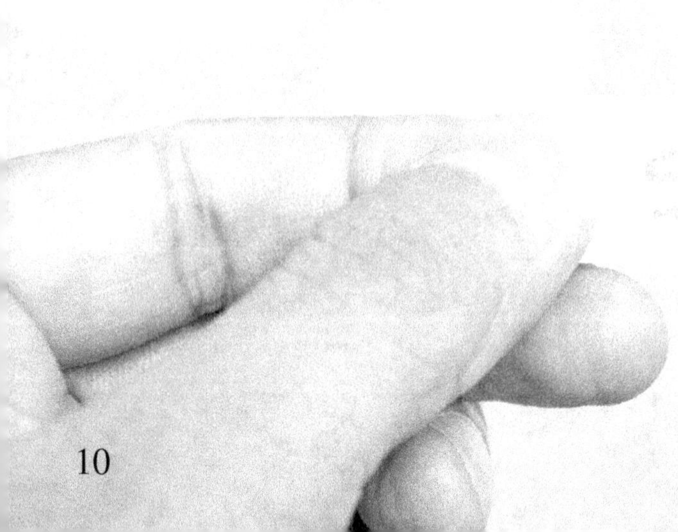

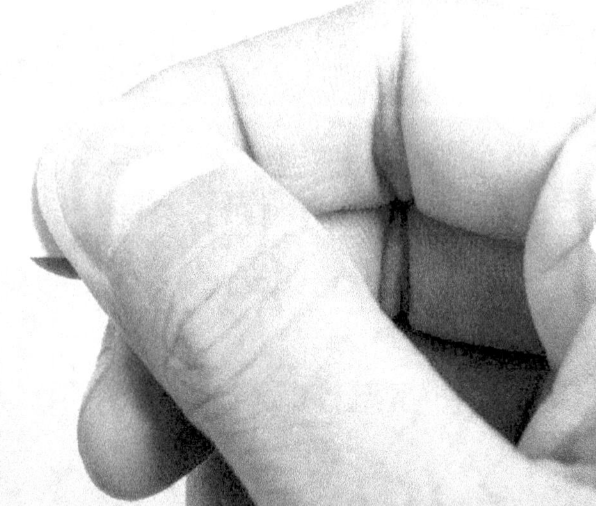

I   ĐIỀU GÌ XẢY RA KHI CON CÁI CÁC ĐẠI GIA VIỆT ... CHƯA LO LÀM ĐÃ LO PHÁ

1   NGUYÊN NHÂN

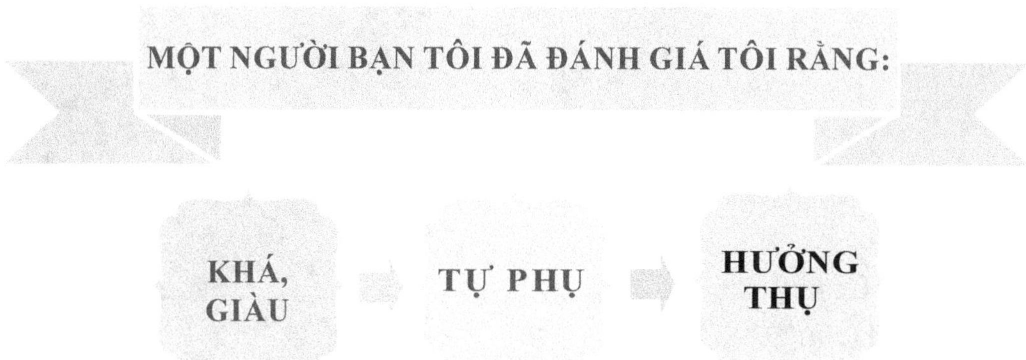

Sao bạn không thử xem qua câu chuyện này. Một người bạn của tôi làm thợ điện nước. Vợ của ông ta ngồi ở nhà không đi làm gì cả. Ông ta làm việc rất chăm chỉ và cũng rất giỏi. Phải nói thu nhập của ông ta nhiều hơn người bình thường. Tuy nhiên vợ của ông ta là người tiêu xài hoang phí. Khi ông ta chưa kịp lấy tiền về, vợ của ông ta đã đi vay mượn để có tiền tiêu xài. Kết quả là tiền vào túi gia đình này bao nhiêu thì ra bấy nhiêu.

Rồi một ngày nhà của họ bị giải tỏa. Nhà nước cấp cho họ một mảnh đất. Người chồng quyết định vay tiền để xây một căn nhà khang trang. Với thu nhập của mình, người chồng tin rằng mình sẽ trả được nợ trong nay mai. Chỉ cần trả được nợ hai vợ chồng sẽ sống trong ngôi nhà thực sự của chính mình. Tuy nhiên người chồng làm việc mãi vẫn không trả được nợ bởi tiền vào bao nhiêu thì ra bấy nhiêu qua cách tiêu xài của người vợ. Đến bây giờ hai vợ chồng vẫn chưa nhận ra mối hiểm họa trong cách sống hằng ngày của mình. Viễn cảnh trong mơ của hai vợ chồng tuy gần mà xa, gần vì khả năng của người chồng đủ khả năng trả nợ nhưng xa là vì bao nhiêu tiền kiếm được đều bị phung phí vào những khoản mua sắm, tiêu xài. Quá bức bách và tuyệt vọng, người chồng quyết định bán nhà nhưng khổ nỗi không tìm được người mua.

Trong lúc đang loay hoay tìm người mua thì người chồng bị bệnh vì lo nghĩ quá nhiều. Cảnh sống của hai vợ chồng khổ chồng thêm khổ. Cho đến một ngày, tôi gặp hai vợ chồng và nói rõ lý lẽ về cách sống và nguyên nhân dẫn đến những nỗi thống khổ này của họ. Từ lúc đó họ nhận ra và quyết tâm cải cách lại cách tiêu xài. Họ quyết định cắt giảm chi tiêu, tiết kiệm để trả nợ. Trong vòng hai năm sau họ trả được nợ. Sau khi trả được nợ, bệnh của người chồng cũng dần khỏi.

- **Hành động**
  - Vung tay quá trán
  - Hưởng thụ, nhậu nhẹt
  - Tiêu xài

- **Thói quen**
  - Nuông chiều bản thân.
  - Hoang phí

  - Tự phụ
  - Buông thả

- **Số phận**
  - Nghèo

CHƯA LO LÀM ĐÃ LO PHÁ

MỘT NGƯỜI BẠN TÔI ĐÃ TRÁCH TÔI

*" **Không ai giàu ba họ, không ai khó ba đời**"* vốn là câu thành ngữ tồn tại đã lâu . Nó được truyền miệng từ người này sang người khác, từ đời này sang đời khác. Người Việt sống chung với nó một cách vô thức mà lắm lúc chẳng hiểu tại sao. Nó như định mệnh mà bất kì đại gia Việt nào cũng phải trải qua. Người Việt dường như chấp nhận nó thay vì cố gắng vượt qua quy luật khắc nghiệt này.

Trước tiên sao chúng ta không quay trở về quá khứ khi nông nghiệp là ngành kinh tế chủ đạo. Người dân sống nhờ vào nông nghiệp nhưng là tiểu nông chứ không phải là quy mô trang trại như nhiều nơi khác. Trong lối canh tác tiểu nông này người nông dân thường trồng trọt chăn nuôi với quy mô nhỏ. Họ có muốn làm lớn cũng không được vì không có đất đai với diện tích rộng. Chính vì vậy khối lượng công việc của họ thường ở một mức độ nào đó chứ không nhiều. Do đó họ có thời gian nhàn rỗi vào một số thời điểm trong ngày, điều này nảy sinh hiện tượng tụ tập đàn đúm, uống rượu. Thói quen này từ xưa đến nay tạo thành một nếp sống ưa vui chơi mặc dù cuộc sống còn nhiều khó khăn. Một lý do nữa là người ta trồng lúa theo mùa vụ, tức là mùa thì trồng lúa, mùa thì phải chờ đợi. Trong thời điểm này, để giết thời gian con người ta tổ chức các cuộc hội họp, ăn uống, vui chơi, đặc biệt trong tháng giêng âm lịch. Người ta hay có câu" tháng giêng là tháng ăn chơi". Lối sống này truyền từ đời này sang đời khác tạo thành một nếp sống làm việc và vui chơi ngay khi có điều kiện.

Phải nói người Việt (giống như tôi chẳng hạn), rất dễ thỏa mãn, cũng có thể nói là dễ **tự phụ, tự mãn** khi đạt được một thành quả nào đó khi làm ăn. Người Việt thường xem sự tự phụ, tự mãn là một phần biểu hiện của tính kiêu căng. Sự **tự phụ** này thường ngầm bên trong. Chẳng người Việt nào bộc lộ nó ra bên ngoài để bị thiện hạ dò xét. Lối sống tiểu nông ngày xưa làm cho họ không muốn làm thêm nữa vì điều kiện không cho phép. Chính sự dễ thỏa mãn đó làm cho thành công của họ chỉ ở mức độ "tiểu thành công". Thói quen này vẫn ở trong người Việt ngay cả khi họ sống trong thành thị. Ngày nay ở các đô thị Việt Nam ta có thể thấy rất nhiều gia đình khá giả, một số gia đình thì giàu nhưng dường như họ chỉ muốn dừng lại ở mức đó chứ không muốn tiến xa hơn. Thói quen dễ thỏa mãn cộng với tâm lý ăn chơi ngay khi có thể đã ăn sâu vào tính cách người Việt.

13

TÁC HẠI 1 THỎA MÃN SỚM LÀM PHÚ NHỊ ĐẠI VIỆT KHÔNG CÒN MUỐN ĐI XA HƠN.

Nếu chúng ta dễ thỏa mãn, lúc đó chúng ta sẽ không còn muốn đi xa hơn.

Trong lịch sử Trung Hoa, thời Tam Quốc, có nhân vật nổi tiếng là Viên Thuật. Viên Thuật có danh vọng lớn, được cân nhắc làm quan trong triều Đông Hán. Khi Đổng Trác tiếm quyền vua, Viên Thuật hưởng ứng theo viên thiệu đánh Đổng Trác. Khi các chư hầu đánh nhau, thủ hạ của Tôn Kiên đến nương nhờ Viên Thuật. Sau đó Viên Thuật ép vợ của Tôn Kiên giao truyền quốc ngọc tỷ. Nắm trong tay truyền quốc ngọc tỷ, Viên Thuật thỏa mãn sớm và xưng đế khi chỉ có hai quận Cửu Giang, Lư Giang trong tay. Các chư hầu vì vậy mà hợp lực đánh Viên Thuật, khiến Viên Thuật tan nát cơ đồ.

Tôi nhận thấy rằng ở Việt Nam có rất nhiều đại gia, nhiều người khá giả khi lâm vào vòng xoáy thất bại đều chịu cảnh rất bi thảm. Có người phải chạy vạy, chạy trốn khắp nơi, mong cứu vớt được tình hình. Có người phải làm những công việc nhục nhã mà trước kia họ chưa từng nghĩ tới, hạ mình cầu cứu người khác.

TÁC HẠI 2 TIẾP XÚC TIỀN BẠC, TIÊU TIỀN TỪ BÉ MÃN KHIẾN CON CÁI ĐẠI GIA VIỆT MẤT Ý CHÍ.

Ý chí và sự thỏa mãn luôn tỷ lệ nghịch với nhau. Sự thỏa mãn sớm luôn là khắc tinh của ý chí, làm chúng ta không muốn phấn đấu thêm nữa.

Khi con người ta thỏa mãn sớm, mọi ý chí sẽ bắt đầu tiêu tan dần, động lực vươn tới mọi tầm cao sẽ mất dần. Chỉ khi con người ta cố gắng vươn lên cuộc sống của chúng ta lúc đó mới đầy khó khăn nhưng đầy bi tráng. Ý chí làm chúng ta vượt qua mọi trở ngại, chấp nhận trả mọi cái giá trên đường đời. Người đủ sức chấp nhận thất bại mới đủ khả năng chiến thắng. Sự thỏa mãn làm cho chúng ta không đủ khả năng chấp nhận thất bại vì ý chí chúng ta đã bại, thì làm gì có khả năng đương đầu với thất bại. Ý chí vượt qua sóng gió mới là niềm vui, ý nghĩa chân chính của cuộc đời chứ không phải những thú vui do sự thỏa mãn mang lại.

TÁC HẠI 3 THỎA MÃN SỚM LÀM CON CÁI CÁC ĐẠI GIA VIỆT KHÔNG NHÌN RA CÁI NGUY CƠ TRƯỚC MẮT- THÀNH TỰU TAN BIẾN DẦN

Giống như một con nghiện đang mạo hiểm với sức khỏe của mình, sự thỏa mãn làm cho sức khỏe tài chính của con người ta ngày càng cạn kiệt.

Thời Pháp thuộc, Nam Kỳ ngày xưa có một công tử Bạc Liêu nổi danh một thời.

Ông thừa hưởng tài sản vô cùng lớn. Trong khi Việt Nam là thuộc địa của Pháp thì ông thuê người pháp làm cho mình. Ông chơi trội đến mức, không thèm học võ ta mà học võ xiêm. Đầu thế kỉ 20, có phong trào học võ để nâng cao khí phách. Ông còn có máy bay riêng. Một lần ông thăm điền trạch bằng máy bay, ông hứng chí muốn bay ra hà tiên chơi. Kết quả là ông bay lạc qua xiêm. cha ông phải dùng 200 000 dạ lúa để chuộc ông về. Đến hết đời ông con cháu nghèo túng, tha phương cầu thực.

Mỗi công tử, tiểu thư con cái của các đại gia Việt ngày nay đều mang tâm lý ảo tưởng vĩ cuồng khi đánh giá về những gì mình đang có và hoang phí để ra oai với thiên hạ giống vị công tử bạc liêu này. Và cái nguy cơ rơi vào cái bẫy không ai giàu ba họ, không ai khó ba đời của những công tử bạc liêu thời @ này là rất rõ ràng.

Hậu quả để lại khi đánh mất ý chí tiến lên là gì. Khi con người ta không còn đi xa hơn nữa, thành tựu sẽ ngày càng tan biến. Trong cuộc sống có quy luật không tiến ắt lùi. Cách duy nhất để không lùi là phải tiến, phải đi xa hơn. Sóng gió cao hay lớn không quan trọng quan trọng là ý chí của ta đã bị sự thỏa mãn làm cho biến mất dần, khi đó ta sẽ dễ bị xô ngã bởi chính mình.

15

Tiền bạc, của cải hao mòn dần, sự hưởng thụ như một con sâu, đục khoét dần dần của cải của con người ta. Tai hại hơn nữa là con người ta không nhìn ra được cái nguy cơ này. Thỏa mãn đem lại cho con người ta sự khoái lạc. Sự khoái lạc làm chúng ta mờ mắt, không thấy được nguy cơ đang hiện hữu.

Những yếu tố trên sẽ làm cho thành công của chúng ta tan biến dần lúc nào không hay. Đến khi nhận ra con người ta chỉ còn biết than vãn" không ai giàu ba họ không ai khó ba đời"

<h2>3 LÀM SAO ĐỂ CON CÁI CÁC ĐẠI GIA VIỆT BỚT NUÔNG CHIỀU BẢN THÂN</h2>

Nếu con cái của các đại gia ở Việt Nam nuông chiều bản thân, thỏa mãn sớm thì ý chí sẽ tiêu tan dần. Trên thực tế, nhiều người trẻ Việt Nam sống theo lối vô kỉ luật, họ để cho cảm xúc, sự thèm muốn và say mê chi phối. Sao bạn không nhận thức cái gì đáng để hưởng thụ, cái gì chưa đáng để hưởng thụ, cái gì đáng nhưng ở một mức độ nào đó. Sự thèm muốn luôn là một thế lực lớn trong mỗi con người. Kỉ luật là sức mạnh bên trong, giúp ta vượt qua những nhu cầu vô bổ, thắng được sức mạnh cảm xúc.

Phát xuất từ tâm lý và văn hóa nuông chiều của các bậc phụ huynh gia đình đại gia Việt, nhiều phú nhị đại Việt thường lười nhác, hưởng thụ, thiếu ước mơ. Nhiều con cái của đại gia Việt cho rằng hà cớ chi ta phải kỉ luật với mình, tự đày đọa, ràng buộc chính mình, cứ vui chơi, tận hưởng. Họ chưa hiểu được rằng rèn luyện đức tính tự chủ không hề làm cho ta cảm thấy khổ ải hay chán nản, mà ngược lại ta sẽ thấy mạnh mẽ, có tránh nhiệm với bản thân, cảm thấy hạnh phúc và thỏa mãn. Ta cần có ý chí để vượt qua sự nuông chiều bản thân. Nó giúp ta có nghị lực để từ chối sự thỏa mãn trước mắt để vươn tới điều tốt đẹp hơn. Ta cần động viên chính mình, thậm chí đôi khi trấn an chính mình, có như vậy ta mới làm được những gì mình muốn.

4 Tâm lý hưởng thụ của người Việt nói chung.

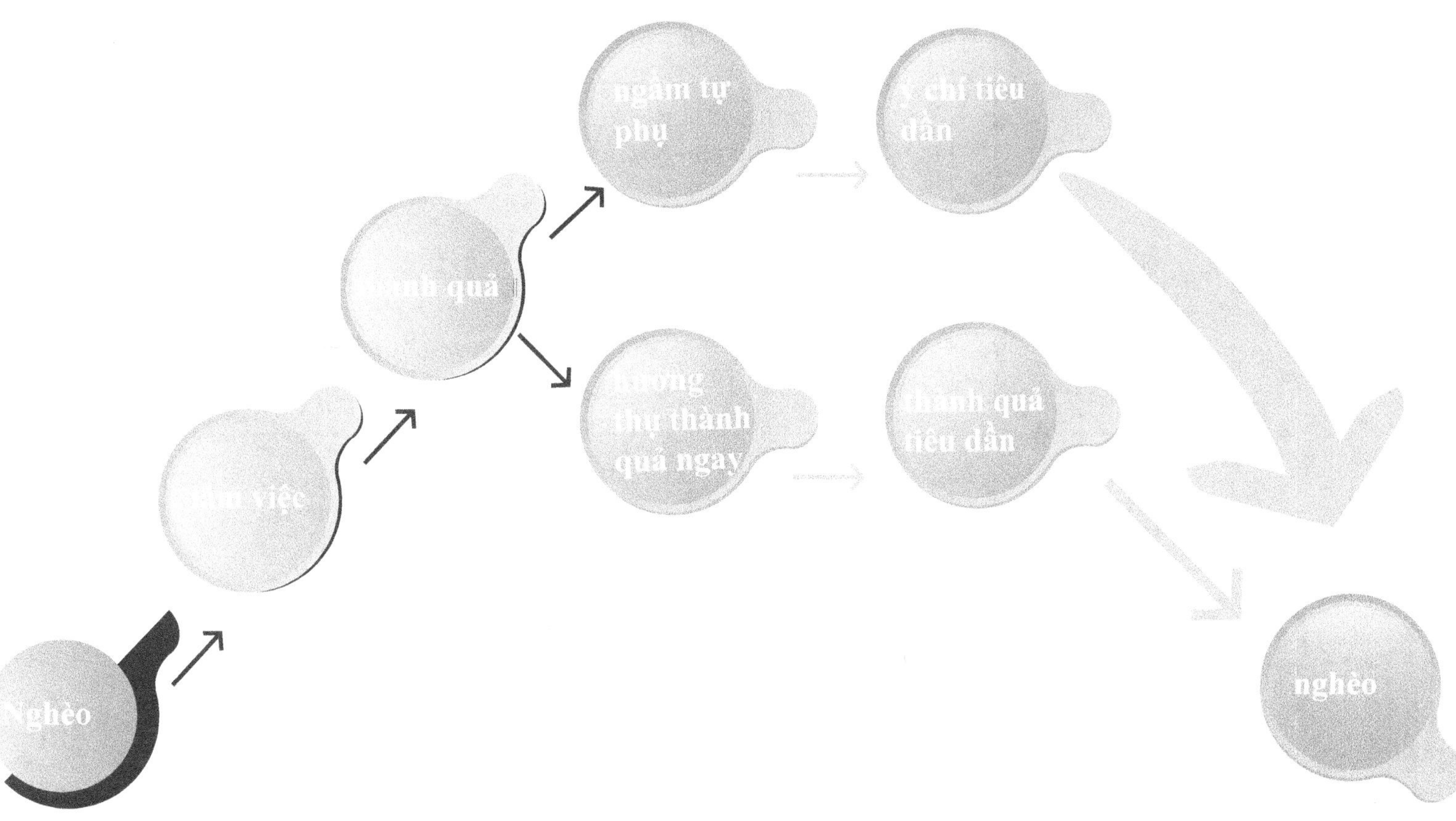

Tôi trước kia có nguồn gốc từ nông dân, muốn ra thành thị để đổi đời. Khi ra thành phố tôi cũng muốn sắm (xe hơi, điện thoại, ti vi màu) để tiếp cận xã hội thượng lưu. Tôi cũng ăn chơi, nhậu nhẹt cho ra dáng người thành thị. Nhưng những cái mã bên ngoài không thể che đậy sự trống rỗng bên trong. Bạn cứ tưởng tượng một cái nhiệt kế, nếu bên trong là -10 độ, bên ngoài sẽ là +10 độ, chỉ khi cân bằng ở mức 0 độ, tôi mới cảm thấy mình là người thành thị. Tư duy của tôi vẫn là tư duy nghèo chứ chưa phải tư duy giàu. Ai trên đời cũng đều bình đẳng, chính tính cách và thái độ sống đã tạo ra sự khác biệt giữa người với người. Giá như bạn rút kinh nghiệm từ tôi, thay đổi từ Ngay từ tư duy sau khi đọc những dòng sau.

Đối với cái nghèo		Để cái nghèo bó hẹp tư duy.	Không để cái nghèo bó hẹp tư duy. Dùng sự sáng tạo và trí tưởng tượng để thoát khỏi hoàn cảnh
		Tư duy bó hẹp vào tiền bạc.	. Tư duy thông thoáng hơn
		Ăn uống, hưởng thụ ngay khi có thể để giải phóng tâm hồn. Độc đoán, bảo thủ, không khoan dung trước sự thay đổi	Dùng sáng kiến, trí tưởng tượng để thay đổi hoàn cảnh.
	Đối với tầng lớp trung lưu, hạ lưu		Thường nghĩ cách giúp đỡ tầng lớp này, nghĩ ra các sản phẩm để giúp đỡ tầng lớp này.
	Đối với tầng lớp thượng lưu	Theo đuổi việc học để may ra có thể bằng được tầng lớp này.	Theo đuổi đam mê, việc mình có sở trường để tạo ra sản phẩm chinh phục tầng lớp này.
		Hâm mộ xã hội thượng lưu, muốn tiếp cận xã hội thượng lưu, bắt chước xã hội thượng lưu. Bắt chước phong cách của người tầng lớp thượng lưu, mua những sản phẩm tầng lớp thượng lưu thường dùng.	Chặt chẽ trong chi tiêu để có thể làm giàu.
Mục tiêu		Mưu sinh Thoát nghèo	Thành công
Thái độ		Miễn cưỡng, cố gắng (vì chịu sức ép của gia đình, cuộc sống mưu sinh)	Thích thú, đam mê, kỉ luật (vì được làm điều mình thích)
Tận hưởng cuộc sống		Ăn uống	Làm việc
Để thay đổi vận mệnh		Thiếu óc thực tế nên thường lao vào các canh bạc đỏ đen để tìm kiếm hi vọng.	Mượn trí và lực của người khác để nâng tầm sự nghiệp hoặc thay đổi vận mệnh của mình.

Cách nhìn đối với thành công và giàu có	Có cái nhìn còn phiến diện, cẩu thả về thành công và giàu có nên thường bó hẹp trong tiền bạc và quyền lực.	Rộng lớn hơn. Tiền bạc đối với họ chẳng khác gì giấy và đá. Nhờ vậy họ ung dung, không hoảng loạn trên thương trường sóng gió.
Sau khi đạt được chút thành công	Thường hành xử thái quá đối với tiền bạc và quyền lực khi có được chút thành công. Từ đó thường dẫn đến ngầm tự phụ và hưởng thụ nặng	Tiếp tục việc mình muốn làm.

Sự thỏa mãn sớm có thể coi là sự tự thỏa mãn sớm. Tự thỏa mãn sớm, hay còn gọi là tự mãn là một phần biểu hiện của sự kiêu căng. Một dân tộc thường tự phụ, tự mãn sớm thì dân tộc đó làm sao giàu lên nổi.

Người ta chưa hiểu được rằng: kẻ hoang phí là kẻ ăn mày trong tương lai còn kẻ tham lam là kẻ ăn mày suốt đời. Nhiều người Việt tận hưởng ngay khi có chút thành quả, theo kiểu "kiếm củi 3 năm, thiêu một giờ". Bệnh hưởng thụ người Việt rất nặng. Một bộ phận giới trẻ, đặc biệt là con của các đại gia sống vì ngày nay thay vì lo nghĩ cho ngày mai. Sự vui chơi đem lại cho người ta cảm giác thỏa mãn nhất thời nhưng lại ảnh hưởng đến đại cục chung. Bạn vẫn có thể sống nếu không có nhiều lạc thú, thú vui nhưng nếu con người ta đắm chìm trong lạc thú thì cuộc sống sẽ tràn đầy tồi tệ. Chúng ta sẽ trở thành nô lệ cho lạc thú, bán mình cho nó. Người giàu có thực sự thường làm việc nhiều hơn hưởng thụ, họ kiên nhẫn chờ đợi một cách khôn ngoan cho đến khi của cải trở nên dồi dào, khi đó có tiêu một chút cũng không sao. Còn người nghèo, khá giả thường ăn chơi song song với làm việc, thậm chí có người còn tiêu xài khi chưa biết chắc liệu ngày mai mình có kiếm được đủ tiền để trang trải hay không. Họ có lẽ vì muốn **tiếp cận xã hội thượng lưu** nên tiêu xài như người giàu có nhưng thực chất bên trong họ không có nhiều tiền như chúng ta nghĩ. Kể cả khi con người ta tiêu xài những thứ chính đáng, số tiền bạn bỏ ra cũng là một khoảng đáng kể. Trong cuộc sống có biết bao chi phí phải trả. Nếu chúng ta không biết tiết kiệm, những chi phí nhỏ đó sẽ tích lũy lâu dần và sẽ biến thành một khoảng chi phí lớn.

Thanh niên ở Việt Nam có lẽ vì hâm mộ xã hội thượng lưu, muốn tiếp cận xã hội thượng lưu, bắt chước xã hội thượng lưu, nên thường ăn nhậu, đi du lịch, mua sắm. Tuy nhiên đâu phải ai cũng có đủ điều kiện để hưởng thụ. Cách làm của họ thường là kiếm củi ba năm, thiêu một giờ. Điều đáng buồn là người ta thường quen với lạc thú nhanh hơn là quen với việc chịu đựng khó khăn gian khổ. Một khi đã quen với lạc thú, chúng ta sẽ bị nó lôi kéo, đưa đẩy. Cái đáng bàn là sự lung lạc của con người, đặc biệt là tuổi trẻ trước những cám dỗ, thú vui. Cảm giác phấn khích sau khi vung tay quá trán, tiêu tiền vào những thứ sa sỉ sẽ tiêu tan nhanh chóng. Sau đó chúng ta sẽ có cảm giác tội lỗi khi tiêu vượt hơn nhu cầu. Trong khi đó người

Việt vẫn còn sa đọa vào các cuộc vui chơi.
Tỉ lệ sự dụng Iphone ở Việt nam 2023 là 29% gần như cao nhất Đông Nam Á (Thái 27%, Indonesia 9%, Malaysia 27%), cao hơn Trung Quốc 24%, Nga 26%.

Sự hưởng thụ còn làm cho chúng ta mất đi ý chí, làm cho những tâm hồn mạnh mẽ trở nên phù phiếm. Có người mạnh mẽ, vượt qua mọi trở ngại để thành công nhưng đến khi người ta bắt đầu làm quen với lạc thú, người ta dần dần xa đọa vào nó và ý chí người đó mất dần. Khi ý chí mất dần, tiền bạc tiêu hao dần và khi người ta không còn muốn thành công hơn nữa thì cái nghèo sẽ quay trở lại với họ.

Văn hóa Việt Nam ngày xưa thường đồng cảm với người nghèo và đánh giá cao phẩm chất của người nghèo: trong sạch, cần kiệm, khiêm tốn. Còn đối với người giàu thì văn hóa Việt Nam không quá đánh giá cao và thường nghĩ giàu là bẩn thiểu, giàu là kiêu ngạo. Họ thường có những câu nói như: nhà giàu đứt tay bằng ăn mày đổ ruột.

Cách nghĩ như vậy chỉ phù hợp với ngày xưa, chưa phù hợp với ngày nay. Cách nghĩ này không phát huy được tác dụng khích lệ người giàu, đồng thời không khơi dậy tính tích cực trong người nghèo. Cách nghĩ này thể hiện sự cào bằng, nâng cao người nhỏ bé, hạ thấp người lớn lao.

Còn trên thực tế người Việt giàu có trí tuệ và phẩm chất cao hơn người Việt nghèo rất nhiều. Chính người Việt giàu có thực sự mới cần kiệm, khiêm tốn(khiêm tốn nghĩa là biết mình, biết khả năng tài chính của mình là bao nhiêu). Nhiều người Việt nghèo không có ý thức tiết kiệm, họ làm việc chừng mực. Người Việt nghèo thường kiếm củi ba năm thiêu một giờ chứ ít khi biết liệu cơm gắp mắm(biểu hiện của đức tính chưa biết mình), thích khoe khoang một cách kín đáo, gián tiếp. Người Việt nghèo (giống như tôi chẳng hạn từng làm) thường ưa kiếm lợi bằng những con đường phi chính thống chứ chưa trong sạch như nhiều người nghĩ.

5 VƯỢT QUA CHÍNH MÌNH, TRÁNH DẦN SỰ HƯỞNG THỤ

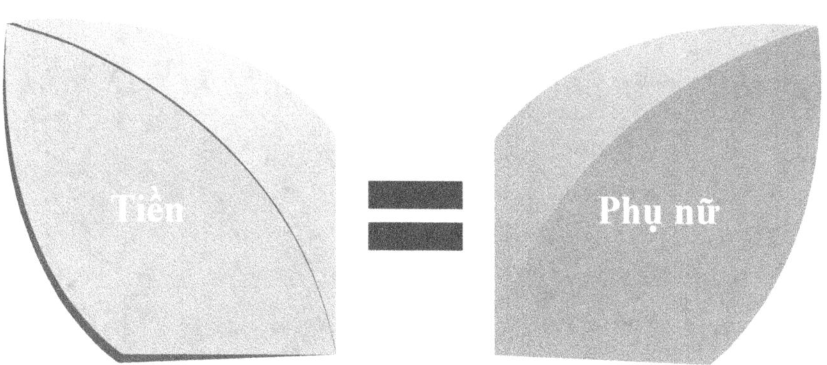

Người dân ở Việt Nam (**ví như tôi chẳng hạn**) nghèo nhưng thường "kiếm củi ba năm, thiêu một giờ". Nhưng khi đọc đến đây, mỗi người Việt có còn ngược đãi đồng tiền nữa hay không. Cá nhân tôi nghĩ là không. Người Việt ta bây giờ có lẽ đã ý thức được rằng: kiếm tiền, cũng như theo đuổi nữ sắc đều hoàn toàn hợp lý. Chúng ta có lẽ đã khám phá ra rằng việc đối đãi với đồng tiền cũng giống như đối đãi với phụ nữ. Sao chúng ta không tôn trọng và yêu quý đồng tiền để đồng tiền chảy vào túi chúng ta và phục vụ chúng ta. Nếu bạn đọc chương sáu, bạn sẽ khám phá ra người Việt thường hành động theo bản năng, suy nghĩ và cư xử rất trẻ con, trí tuệ và cá tính vô thức (coi thường danh dự, thiếu trách nhiệm) lấn át trí tuệ và cá tính có ý thức, nên trong cách sử dụng đồng tiền, người Việt có nhiều điều chưa hợp lý.

Nước chảy ào ào không bằng hao hao lỗ mội.

SAO BẠN KHÔNG MUA NHỮNG THỨ MÌNH THỰC SỰ CẦN:

Mua thứ mình không cần rồi sẽ phải bán thứ mình cần.

Benjamin Franklin

Ví như tôi chẳng hạn, người dân nghèo, bình dân, khá giả ở Việt Nam, có lẽ vì hâm mộ xã hội thượng lưu và thường muốn bắt chước xã hội ấy. Trước kia tôi thường bắt chước phong cách của người trong xã hội thượng lưu. Mỗi con người nghèo, bình dân, ở Việt Nam, đặc biệt là giới trẻ có lẽ vì muốn tiếp cận xã hội thượng lưu và nên thường bắt chước phong cách chi tiêu, mua những sản phẩm người giàu thường mua mặc dù biết thu nhập của mình chưa thể đáp ứng. Cách làm của họ thường là kiếm củi ba năm, thiêu một giờ.

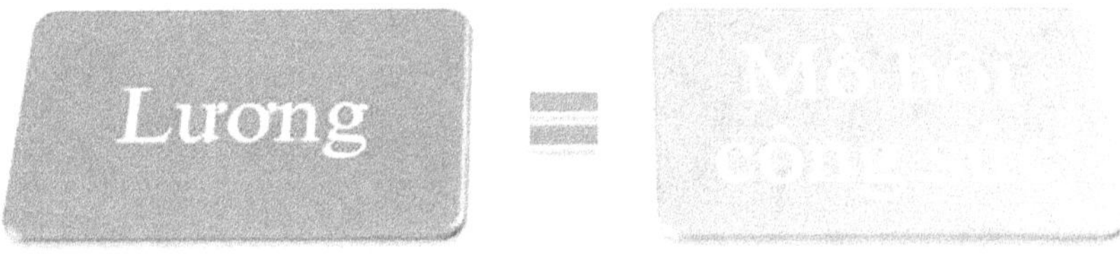

Lương của ta tương ứng với mồ hôi công sức chúng ta bỏ ra. Do đó sao bạn không cân nhắc kỹ lưỡng trước khi bỏ ra một mua sắm một cái gì. Mỗi con người ở Việt Nam dường như không nghĩ đến sự cực nhọc của mình khi kiếm ra đồng tiền, nhắm mắt mua càn những thứ đắt tiền có chức năng chưa hẳn thực sự cần cho cuộc sống của họ. Không phải họ không biết điều này nhưng sự bất lực (giống như sự bất lực của tôi trước kia) trước cuộc sống đã khiến họ nhắm mắt làm càn. Những khó khăn của cuộc sống khiến người ta chán chường, tuy vậy họ không biết cách gia tăng thu nhập, cải thiện cuộc sống. Trong sự bất lực, họ mua những thứ xa sỉ với hi vọng những thứ này có thể giúp họ bớt mệt mỏi. Nhưng với cách chi tiêu như thế này, ta đã tự gây áp lực cho chính mình.

Giá cả của một thứ chỉ được coi là hợp lý nếu nó tương ứng với mồ hôi công sức của ta. Ví dụ: Một chiếc điện thoại, chức năng thực sự của nó là nghe, gọi. Giá trị thực sự của nó chỉ bằng 1/8 công sức mồ hôi của ta. Do đó giá của nó chỉ có thể bằng 1/8 lương của ta.

Chức năng thực sự: nghe, gọi= 1/8 mồ hôi công sức

Lương: 40 triệu.

Giá : 5 triệu

> ***Nếu ta cần mua một cái điện thoại sao bạn không mua theo bảng như sau:***

Đơn vị: *triệu*

Lương				2	3	5	7	10	15	20	30	40
Điện thoại	Chức năng	Nghe	Gọi									
	Giá			2	2	2	2	2	2	2,5	4	5

Mỗi con người ở Việt Nam thường quan niệm ***"giàu ham làm, nghèo ham ăn"***. Tâm lý con người trải qua sự thiếu thốn thường mạnh mẽ, can trường hơn. Còn nếu chúng ta bù đắp sự thiếu thốn bằng những thú vui trước mắt như ăn nhậu thì làm sao tâm lý mạnh lên được. Chỉ khi tâm lý mạnh mẽ, con người mới chịu khổ giỏi hơn, và khi đó dễ dàng vượt qua trở ngại và khả năng làm giàu cao hơn.

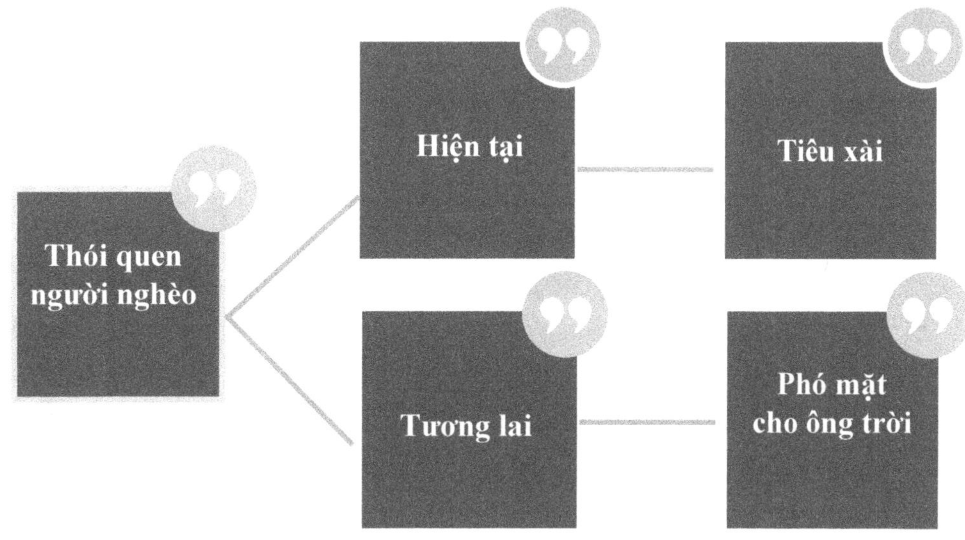

Nếu tôi là một ông chủ, trả lương cho một công nhân 3 triệu đồng một tháng. Một tháng nào đó tôi quyết định không trả lương bằng tiền mặt mà trả bằng hiện vật. Có hai cách để tôi trả lương. Tôi sẽ trả cho công nhân đó một chiếc điện thoại trị giá 3 triệu hoặc tôi sẽ trả cho công nhân đó 10 kí gạo trị giá 1 triệu và một khóa học nâng cao trình độ trị giá 2 triệu kèm theo lời hứa sẽ tăng lương nếu hoàn tất khóa học. Nếu bạn là công nhân đó bạn sẽ chọn cách nào, một chiếc điện thoại ngoài chức năng nghe nói chẳng có chức năng nào đặc biệt, còn gói kia, 10 kí gạo có thể cho bạn ăn trong vòng vài tháng, khóa học này giúp bạn tăng lương trong tương lai. Do đó gói thứ hai rõ ràng có lợi hơn gói thứ nhất. Đây chỉ là giả thiết, nếu bạn lĩnh lương ba triệu, bạn sẽ tiêu xài như thế nào, mua ngay một chiếc điện thoại 3 triệu hay mua 10 kí gạo đủ dung và đầu tư cho một khóa học để nâng cao trình độ.

Trong thực tế có mỗi con người ở Việt Nam sau khi lĩnh lương về, lại dùng tiền để mua những cái điện thoại, hoặc những thứ không có giá trị mấy thay vì đầu tư vào tương lai. Do đó khi ta bỏ ra một đồng nhưng lại thu lại hai đồng thì hãy chi ra.

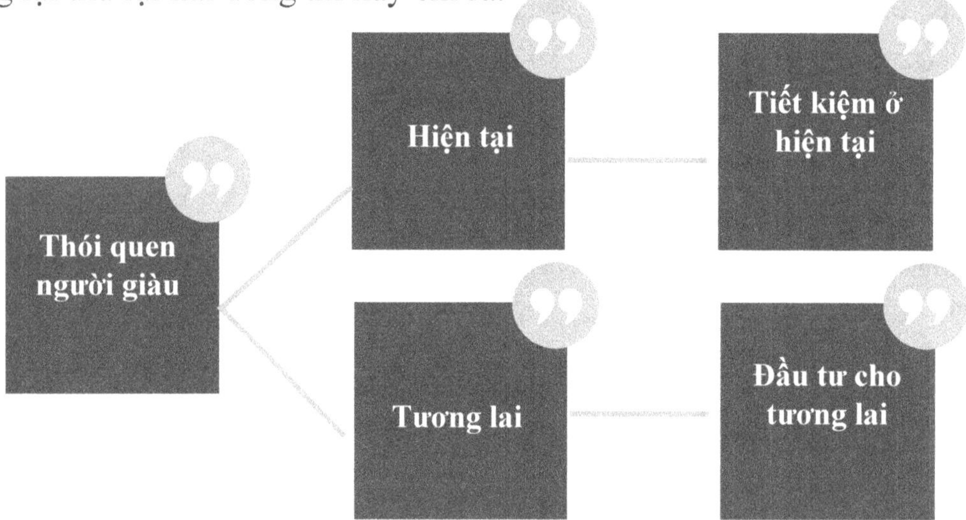

Ví như tôi chẳng hạn, mỗi con người ở Việt Nam, đặc biệt là giới trẻ thường nhẹ dạ và dễ bị tác động bởi những thứ giới thượng lưu hay dùng.

Tôi tự hỏi sao bạn không chi tiêu hợp lý và mua những thứ được coi là tối cần thiết đối với cuộc sống của mình. Những thứ tối cần thiết là những thứ đáp ứng nhu cầu thực sự, theo lứa tuổi, nghề nghiệp của chúng ta hoặc những thứ có thể giúp chúng ta sinh lời trong tương lai. Người dân ở Việt Nam thường để đồng tiền dễ dàng đi ra trong khi tiền kiếm được rất khó.

Sao chúng ta không mua những thứ có gía cả phù hợp với chức năng chúng ta thực sự cần ở nó và cũng phù hợp với lương của ta. Giá cả của một thứ tương ứng với giá trị thực sự mà nó mang lại cho chúng ta và cũng tương ứng với chức năng thực sự mà nó mang lại cho chúng ta.

Khi kiếm tiền sao bạn không biết bày mưu tính kế, và khi tiêu tiền sao bạn không thật phóng thoáng thoải mái. Sự phóng thoáng, thoải mái ở đây là sự phóng thoáng thoải mái trong tâm hồn chứ không phải phóng thoáng thoải mái trong hành động. Khi ta vung tay hết số tiền ta kiếm được, cảm giác sau đó không phải là thoải mái mà là nuối tiếc, thậm chí lo lắng sau đó. Khi ta chi tiêu một phần số tiền nhưng sản phẩm vẫn chấp nhận được, sự thoải mái ở đây là biết hài lòng với những gì mình đang có đi kèm với cảm giác yên tâm.

B
NGƯỜI GIÀU Ở VIỆT NAM NÊN CẨN THẬN TRƯỚC CÁC KHOẢN NỢ.

Cảnh giàu sang giống như nhà trọ, chỉ người cẩn thận mới được ở lâu.

Cáp Khoan Nhiêu

Người giỏi kiếm tiền, những đại gia ở Việt Nam đều không ngần ngại vay tiền. Mục đích thứ nhất là vay để tiêu xài. Nếu ta vay để tiêu xài thì nên hạn chế đến mức tối đa. Vì số tiền ta vay chưa có gì có thể đảm bảo là có thể trả được. Và khi trả nợ thì trả càng sớm càng tốt để tránh đêm dài lắm mộng, nợ chồng thêm nợ và để các khoản nợ không ảnh hưởng đến tương lai của ta. Mục đích thứ hai là vay để đầu tư.

Bạn đã đọc và biết cách đầu tư chứng khoán của Adam Khoo trong sách "bí quyết tay trắng thành triệu phú". Vậy nếu đầu tư trực tiếp tiền vào một thương vụ làm ăn bên ngoài. Thương vụ làm ăn đó mới bắt đầu thì ta nên làm thế nào. Sao bạn không thử xem qua một số ý kiến : sản phẩm phải chinh phục được bạn một cách thuyết phục, bạn cứ đặt mình vào địa vị của khách hàng, nếu nó chinh phục bạn một cách thuyết phục thì nó có thể chinh phục được người khác. Người đứng đầu dự án đó phải là người thông minh, người thông minh thường có đặc điểm là hoài nghi, do dự và thiếu tự tin còn người nói nhiều, ba hoa thực ra không đáng tin cậy. Nếu anh ta làm việc chậm rãi, có thái độ hoài nghi, do dự, thậm chí có biểu hiện sợ "nói trước bước không qua" khi nói về dự án đó với người khác trừ bạn thì sao bạn không đầu tư vào anh ta. Anh ta có thái độ hoài nghi và do dự, sao bạn không động viên anh ta.

Còn nếu ta trực tiếp bỏ vốn đầu tư vào một dự án nào đấy, sao bạn không tìm cho mình một cố vấn chuyên về lĩnh vực đó. Đại gia ở Việt Nam, phá sản vì dũng cảm vay tiền để đầu tư. Điều này cũng dễ hiểu vì trong cuộc sống, người có dũng thì trí không cao, người có trí thì dũng lại không cao. Có một người cố vấn cho ta, ta trích hoa hồng cho anh ta. Chỉ cần tạo điều kiện để anh ta khẳng định giá trị của mình. Cả hai đều có lợi.

SAO BẠN KHÔNG BẮT ĐẦU CÓ CÁCH NHÌN ĐÚNG ĐẮN VỀ SỰ KEO KIỆT

Trong ăn uống ở các bữa tiệc, cũng vì muốn mình giống xã hội thượng lưu nên người dân ở Việt Nam ăn uống rất lãng phí**(giống như tôi chẳng hạn). Ví như tôi chẳng hạn,** mỗi người Việt (đặc biệt là người Sài Gòn) có lẽ vì muốn giống xã hội thượng lưu nên tỏ ra hào phóng nhưng sự hào phóng này thường mang tính **"làm màu"** và "biểu diễn", sĩ diện hão, trong nhiều trường hợp nó chỉ để che đậy sự keo kiệt, tính toán chi li bên trong. Trong cuộc sống mưu sinh đầy khó khăn như hiện nay, sự hào phóng giả dối và thiếu khôn ngoan đó chỉ làm cho ta nghèo túng thêm.

Thật ra phải nói cho thật đúng, rất nhiều người Việt, đặc biệt người miền Nam phóng khoáng, hào hiệp, trọng nghĩa tình. Họ sẵn sàng làm từ thiện, sẵn sàng cho đi. Điều này vô cùng đáng quý. Tuy nhiên điều này từng bước bị méo mó trở thành "làm màu", "sĩ diện hão. Phật dạy là phải bố thí, cúng dường. Nhưng các bạn nên biết trong kinh Phật nói: nếu tâm bạn nguyện cúng dường 5 đồng mà ta cúng dường 10 đồng thì phước báu nhiều, nếu tâm bạn nguyện cúng dường 10 đồng mà ta lại cúng dường 5 đồng thì phước báu ít. Như vậy khi bạn cúng dường hay bố thí, tâm bạn phải hoan hỉ, chứ đừng vì sĩ diện hão, mình cho đi mà tâm mình hối hận bên trong.

Một bộ phận người ở Việt Nam cho rằng dùng bữa sáng tại nhà, mua hàng giá cả vừa phải, chất lượng vừa đủ dùng là keo kiệt. Thực ra đây không phải là keo kiệt. Vì khi ta cắt giảm chi phí ở một số món hàng nhưng chất lượng của nó vẫn không đổi là bao. Chất lượng của nó vẫn không đổi trong khi tiền tiết kiệm được thì rất đáng kể. Tiết kiệm là biết chi tiêu hợp lý, mua những thứ mình thực sự cần, phù hợp với túi tiền, cắt giảm những chi phí không cần thiết hoặc thay những thứ mình muốn mua bằng những thứ khác có chất lượng tương đương nhưng giá rẻ hơn.

So sách keo kiệt và tiết kiệm

	Tiết kiệm	Keo kiệt (đây là cách chi tiêu của tôi và của một bộ phận người Việt)
Mục tiêu	Làm giàu	Làm ra vẻ mình giàu
Quản lý tiền bạc	Một cách khoa học	Một cách bất hợp lý
Bề ngoài	Tiêu tiền đúng mực	Tỏ ra phóng thoáng nhưng sự phóng thoáng chỉ để "làm màu", "biểu diễn" cho thiên hạ xem
Bên trong	Tiết kiệm đúng mức	Tính toán chi li
Cắt giảm chi tiêu	Các khoản không cần thiết	Các khoản cần thiết lẫn không cần thiết
Chi tiêu	Đúng lúc, đúng chỗ Các vụ làm ăn sinh lời	Kiếm củi ba năm, thiêu một giờ Các tài sản xa sỉ vì sĩ diện, khoe khoang, thích hơn đời

Ví như tôi chẳng hạn, mỗi người Việt, thường là người miền Nam có cái nhìn phiến diện, cẩu thả về keo kiệt và hành xử hơi thái quá dẫn tới lãng phí. Mặc dù tôi đánh giá rất cao sự hào phóng và thói quen làm từ thiện của người miền Nam nhưng cái nhìn của họ về sự keo kiệt là có phần cẩu thả.

Sự phóng thoáng sai lầm của người Việt bị thôi thúc bởi một vài cá nhân phóng thoáng. Trong cộng đồng, những cá tính độc lập, tình cảm và suy nghĩ của riêng mỗi con người Việt trở nên biến dạng, một người Việt hèn nhát bỗng trở nên dũng cảm (trong thời kì chiến tranh), một người Việt đáng kính trở thành tội phạm tham nhũng (trong nền kinh tế thị trường Việt Nam), một người Việt keo kiệt bỗng trở thành người hào phóng (trước cộng đồng mặc dù có thể bên trong họ chưa hẳn vậy). Trí tuệ và cá tính của người Việt chưa hề độc lập khỏi cộng đồng mà bị tập thể hóa.

Mỗi con người nghèo, bình dân, khá giả Việt Nam thường hâm mộ xã hội thượng lưu và muốn tiếp cận xã hội ấy **(giống như tôi chẳng hạn).** Người nghèo ở Việt Nam vì muốn bắt chước phong cách của xã hội thượng lưu nên trước cộng đồng thường tỏ ra phóng thoáng trong chi tiêu và thường có cái nhìn phiến diện, cẩu thả về sự keo kiệt. Họ thường muốn tỏ ra phóng thoáng trong chi tiêu mặc dù bên trong tính toán rất chi li. Keo kiệt là khi người ta cắt giảm những khoản chi tiêu cần thiết lẫn không cần thiết, làm giảm đi chất lượng cuộc sống của chính mình. Trong khi đó người keo kiệt lại dùng số tiền đó tiêu vào các khoản xa sỉ vì sĩ diện, bề ngoài tỏ ra hào phóng nhưng thực chất bên trong thì tính toán chi li.

Tiết kiệm là biểu hiện của sự khôn ngoan chứ không phải sự keo kiệt. Người Việt giàu thường tiêu tiền một cách khôn ngoan nhưng thường bị hiểu lầm là keo kiệt.

Người Việt nghèo đôi khi thường chi tiêu thiếu khoa học, bừa bãi nhưng thường được cho là biểu hiện của sự phóng khoáng. Đây là do suy nghĩ của con người ta cẩu thả, phiến diện. Do chưa hiểu biết đúng về sự keo kiệt, người Việt nghèo (chiếm đa số) có thể đánh giá những người Việt giàu (chiếm thiểu số) là keo kiệt. Nhưng người Việt giàu thường ngầm hiểu rằng: đó là lý do tại sao anh mãi vẫn nghèo còn tôi là ngày một giàu thêm.

II ĐIỀU ÍT AI BIẾT VỀ TÍNH " SĨ DIỆN HÃO".

1 TÍNH SĨ DIỆN LÀ MỘT CÁI ĐÁNG BÀN NỮA CỦA NGƯỜI VIỆT.

Anh T, sinh viên từ ngoại tỉnh lên Hà Nội. Khi lên thành phố để bằng chúng bạn chúng bè T xin tiền bố mẹ, dành dụm số tiền rồi mua điện thoại đắt tiền. Để sĩ diện với bạn bè T thuê xe máy đi học thay vì đi xe đạp đến trường. T tham gia vào các buổi tiệc tùng, để chứng tỏ mình là dân chơi. Nhiều khi T nhịn ăn sáng cả tuần liền để có tiền đi chơi với bạn bè. Trong khi bố mẹ T ở quê phải làm việc vất vả để kiếm tiền cho T.

CÁI VÒNG LUẨN QUẨN CỦA "KHÔNG AI GIÀU BA HỌ KHÔNG AI KHÓ BA ĐỜI".

Anh T, sinh viên từ ngoại tỉnh lên Hà Nội. Khi lên thành phố để bằng chúng bạn chúng bè T xin tiền bố mẹ, dành dụm số tiền rồi mua điện thoại đắt tiền. Để sĩ diện với bạn bè T thuê xe máy đi học thay vì đi xe đạp đến trường. T tham gia vào các buổi tiệc tùng, để chứng tỏ mình là dân chơi. Nhiều khi T nhịn ăn sáng cả tuần liền để có tiền đi chơi với bạn bè. Trong khi bố mẹ T ở quê phải làm việc vất vả để kiếm tiền cho T.

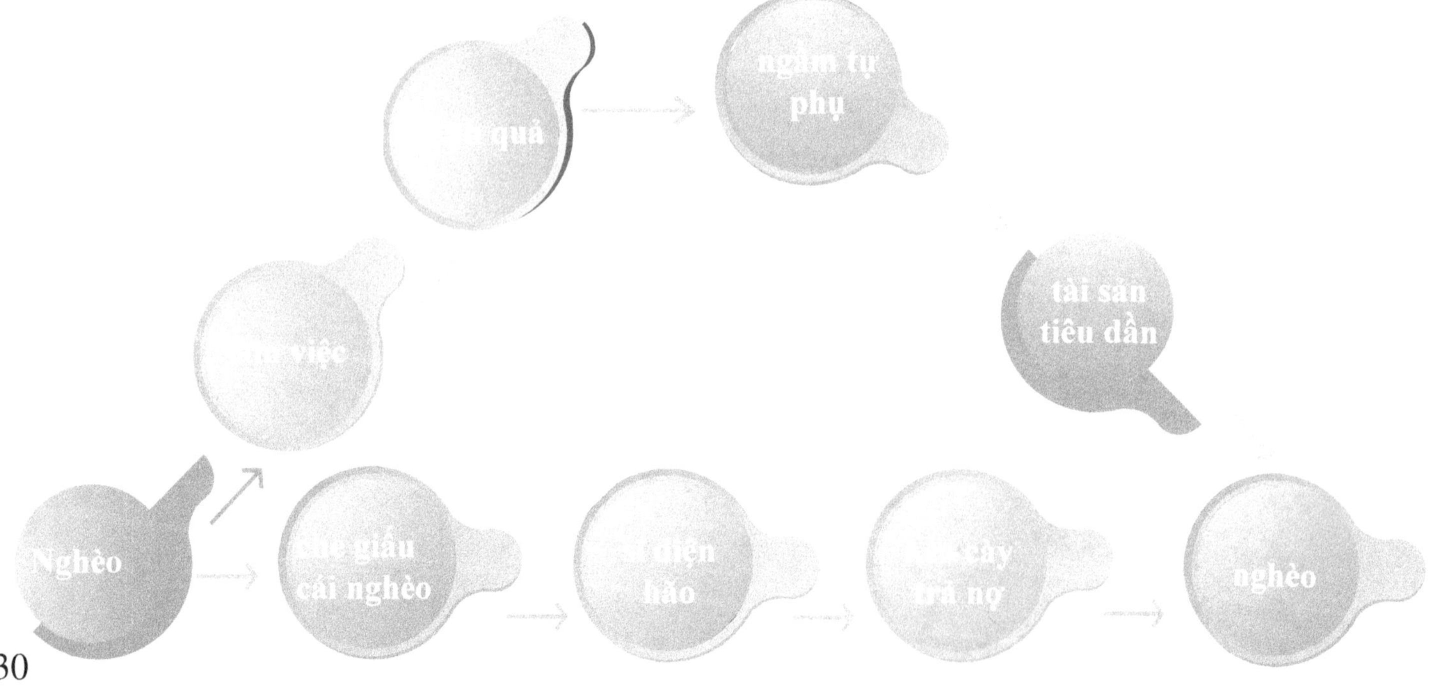

Bắt nguồn từ văn hóa cộng đồng có từ xưa kia, khi con người sống trong tập thể, gia đình, họ hàng, làng xóm, tính sĩ diện của người Việt hình thành. Trong xã hội có những quy chuẩn chung mà mọi người cần phải tuân theo. Chỉ cần ai đi lệch khỏi những quy chuẩn đó sẽ bị người ta mỉa mai, lên án. Khi một người có lỗi lầm, một cái gì đó không hay, họ thường mặc cảm, xấu hổ với gia đình, họ hàng. Như vậy người ta thường có xu hướng che giấu nó vì sĩ diện. Người dân ở Việt Nam **(ví như tôi chẳng hạn)** nhiều khi tiêu tiền không phải vì họ muốn ăn chơi mà vì họ sĩ diện với người xung quanh. Người không có năng lực mà lại cố làm ra vẻ, cố tìm mọi cách để đề cao thể diện của mình trước thiên hạ.

Khi đi đến các bữa tiệc người ta không bao giờ ăn hết thức ăn mặc dù còn đói, người ta sợ người khác sẽ coi khinh mình, cho rằng mình ngày thường không đủ thức ăn, đến buổi dạ tiệc thì tha hồ ăn. Trong trường hợp này người ta thường biện bạch rằng kẻ ăn sạch đĩa, uống cạn cốc là kẻ hạ lưu nghèo hèn, không phải hạng sang trọng quý phái. Nhưng họ đã không biết rằng châu Âu, người Nhật và nhiều người dân các nước văn minh khác họ đâu có phải là những hạng hạ lưu nghèo hèn mà khi ăn uống là họ ăn hết, uống sạch. Người Việt nghèo tiết kiệm tiền, tích góp hoặc sẵn sàng vay mượn để mua sắm xe SH, điện thoại đắt tiền cho bằng thiên hạ rồi sau đó phải kéo cày trả nợ, vất vả suốt đời.

Sao bạn không thử xem qua ý kiến này: con người ta sống ở trên đời ai cũng phải có thể diện. Người có tính sĩ diện là người không muốn thua kém ai, là người muốn chứng minh, chứng tỏ bản thân mình để người khác coi trọng. Tư tưởng không muốn thua kém ai cũng là một động lực tích cực thúc đẩy con người phấn đấu vươn lên tạo dựng cho mình một vị trí, tên tuổi trong xã hội để thông qua đó mà đề cao thể diện

của mình. Tư tưởng đó nếu đạt được bằng chính nỗ lực và tài năng thật sự thì chính là đã biết đề cao thể diện của mình; nhưng nếu người không có năng lực mà lại cố làm ra vẻ, cố tìm mọi cách để đề cao thể diện của mình thì thiên hạ coi đó là thói sĩ diện hão. Thói sĩ diện hão thường đồng hành với sự **giả tạo, khoe mẽ, lãng phí.** Nhiều người vẫn chưa chịu hình thành thói quen liệu cơm gắp mắm khi chi tiêu.

Trong tập thể, những kẻ vô dụng thường hành xử thái quá để quên đi cảm giác vô tích sự của mình. Trong cộng đồng, những kẻ không giỏi kiếm tiền cũng thường hành xử thái quá với tiền bạc để che giấu mặc cảm yếu tài của mình. Những triệu chứng biểu hiện của thói sĩ diện hão trong xã hội là muôn hình, muôn vẻ như: mua những thứ hàng hóa vượt quá nhu cầu, vượt quá khả năng tài chính.

Một bộ phận người dân ở Việt Nam thì cho rằng sự giàu có được đo bằng quần áo anh ta mặc trên người, xe anh ta đi và cách anh ta xài tiền. Chính vì vậy khi có một chút tài chính, người ta đã mua xe, tiêu xài vào những tài sản xa xỉ để chứng tỏ rằng anh ta không nghèo. Họ không ý thức được rằng sự giàu có là khi người ta thực sự kiếm được nhiều tiền và có thể duy trì khả năng đó trong quảng thời gian dài ngay cả khi họ không còn đi làm.

B GIẢI MÃ CÁCH ĐỂ VƯỢT QUA TÍNH SĨ DIỆN HÃO

Người sĩ diện hão chính là diễn viên trong vở kịch của mình, cố đóng vai người phóng thoáng, dân chơi, người cao sang quý phái để cho bàn dân thiên hạ xem. Con người ta sẽ hối hận nếu như vì người khác mà đánh mất đi đại cục của chính mình.

Trong xã hội chỉ những kẻ không có tầm nhìn xa trông rộng mới đi chê bai người khác. Họ thấy người khác chi tiêu tiết kiệm một chút thì họ cho đó là keo kiệt, họ thấy người khác dè xẻng một chút thì cho là người đó là người nghèo. Họ không biết rằng chính bản thân họ cũng sẽ trở thành người nghèo nếu không biết tiết kiệm

Sao người Việt không thử xem qua ý kiến này: Người ta sống ở đời ngoài việc sống theo dư luận ra sao không đạp lên dư luận mà sống. Chúng ta có nên nhẹ dạ, dễ bị dư luận tác động mà mù quáng sống theo họ hay không. Chúng ta có nên tự đày đọa chính mình, vung tay quá trán số tiền vất vả kiếm được để thiên hạ khỏi chê cười hay không. Cá nhân tôi nghĩ bạn sẽ trả lời là không. Tôi tự hỏi sao bạn không làm theo những việc mà thâm tâm mình cho là đúng vì đằng nào ta cũng bị chỉ trích. Nếu một người làm theo chính kiến của mình thì anh ta sẽ bị thiên hạ dò xét nhưng nếu anh ta làm theo thiên hạ thì anh ta sẽ bị nguyền rủa bởi chính mình.

Muốn học kĩ xảo tư duy, chúng ta nên học người Do Thái, nếu muốn học cách làm việc theo cộng đồng, chúng ta nên học người Nhật, còn muốn học cách sống trong cộng đồng, tôi tự hỏi sao bạn không học người Trung Quốc. Người Trung Quốc thường truyền miệng nhau câu nói: người không vì mình, trời tru đất diệt. Câu nói nghe có vẻ ích kỉ. Vậy câu nói này đúng hay sai. Câu nói này có thực sự sai hay không, tôi xin chia sẻ với bạn một câu danh ngôn: "thế gian này vốn muôn màu muôn vẻ, trong nhiều tình huống rất khó phân biệt được hai màu trắng đen rạch ròi".

Trong nhiều trường hợp, câu nói trên thể hiện sự ích kỉ nhưng để dung hòa lợi ích giữa cá nhân với tập thể, để bản thân không trở thành diễn viên trong vở kịch của chính mình thì câu nói trên quả là hợp lý. Ích kỉ, vì mình vốn là bản năng của con người. Không ai có thể xóa bỏ bản năng gốc của con người được vì chúng là do ông trời tạo ra, là bản chất, là máu thịt, là lẽ sống của con người. Bản chất của con người giống như dòng sông. **Chúng ta không thể xóa bỏ một dòng sông được mà chỉ có thể uốn nắn để dòng chảy biến thành nước tưới ruộng đồng.** Nếu chúng ta tìm cách san lấp nó, nó sẽ chảy theo hướng khác, biến thành lũ, hủy diệt con người, hủy diệt môi trường.

Lối sống dựa dẫm quá nhiều vào tập thể, cộng đồng của người Việt chỉ tạo ra sự ỷ lại, kìm hãm lẫn nhau. Lối sống tôn sùng tập thể theo kiểu bằng mặt mà không bằng lòng chỉ áp chế lẫn nhau, làm cho con người ta không thể phấn đấu hết mình, vì lợi ích của chính bản thân mình mà đi lên, đâm ra bên ngoài thì hòa đồng, bên trong thì nghi kị lẫn nhau. Lối sống này chỉ thích hợp với môi trường nông thôn mà thôi. Lối sống của người Trung Quốc xa xưa cũng như Việt Nam nhưng họ đã dần dần phát triển lên lối sống thành thị và dần dần hiểu ra câu nói trên. Để dung hòa lợi ích giữa cá nhân và tập thể **sao bạn không thử xem qua ý kiến này:**

  NGƯỜI KHÔNG VÌ MÌNH, TRỜI TRU ĐẤT DIỆT.

1 CHÚNG TA CÓ NÊN QUÁ THỔI PHỒNG DƯ LUẬN HAY KHÔNG.

> Ở Việt Nam, tập thể, số đông không thể thực hiện được những hành động đòi hỏi phải có một sự hiểu biết đặc biệt. Đặc điểm của tập thể, số đông là nếu không có người định hướng, tập thể, số đông sẽ chẳng biết làm gì.

Lối sống cộng đồng, làng xã đã ăn sâu vào cách sống của người Việt: khi bị tập thể hóa, cộng đồng hóa, mỗi con người Việt thường nhìn vấn đề trong xã hội, trong cuộc sống một cách cẩu thả, phiến diện, và biểu hiện một cách thái quá. Ví dụ như tính sĩ diện, phần đông người Việt thường nhìn tính sĩ diện một cách rất cẩu thả, phiến diện, và cư xử hay thái quá, từ đó từ đó sinh ra tâm lý sĩ diện hão. Ví dụ như tính khiêm tốn, đám đông thường nhìn tính khiêm tốn một cách cẩu thả, phiến diện, và thể hiện nó thái quá, từ đó sinh ra tâm lý khiêm tốn bề ngoài của người Việt. Ví dụ như keo kiệt, đa số người Việt có cái nhìn phiến diện về keo kiệt nên thường keo kiệt bên trong, phóng thoáng bên ngoài. Người Việt thường có cái nhìn phiến diện, cẩu thả về thành công và giàu có nên thường nghĩ thành công và giàu có đồng nghĩa với tiền bạc và quyền lực. Bên cạnh đó, cách hành xử thái quá đối với tiền bạc và quyền lực dẫn tới tính hưởng thụ nặng.

Khi bị tập thể hoá, cộng đồng hoá, con người thường nhẹ dạ và dễ bị tác động. Những thứ nước ngoài du nhập vào Việt Nam như điện thoại thông minh, game online, có thể ban đầu chỉ có một bộ phận nhỏ người Việt dùng những thứ này, nhưng do nhẹ dạ và dễ bị tác động, những thứ này lan truyền nhanh chóng ra khắp cộng đồng Việt. Ngày trước người Trung Quốc từng mua móng trâu của Việt Nam, du nhập ốc bươu vàng vào Việt Nam. Ban đầu có lẽ cũng chỉ có một bộ phận bán móng trâu cho Trung Quốc hay nuôi ốc bươu vàng. Nhưng do người Việt nhẹ dạ và dễ bị tác động nên hành động này lan truyền khắp cộng đồng. Đặc biệt giới trẻ, giới học sinh Việt nam luôn đú trend theo mạng xã hội, chạy theo xu hướng.

Trong sự tập thể hoá, cộng động đồng hoá này, số đông làm chủ, chi phối, và điều khiển chứ không phải số ít.

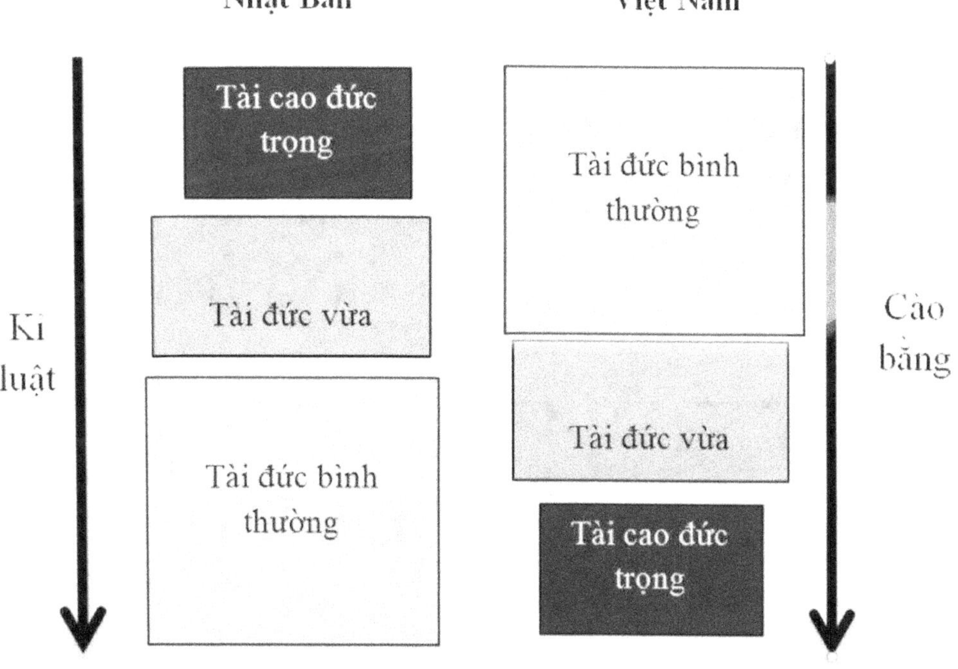

Khi đó, các lối sống, quan niệm sống lạc hậu, cẩu thả, phiến diện lan truyền khắp tập thể, cộng đồng và người ta thường hành xử thái quá khi tuân theo những quan niệm đó. Một quan điểm sống vô nghĩa hoặc lạc hậu (ví dụ như sĩ diện hão, khiêm tốn bề ngoài) sinh ra bởi tập thể, số đông người Việt một khi đã trở thành phổ cập thì cuối cùng người ta cũng sẽ ép buộc những tầng lớp cao nhất, tầng lớp tài cao đức trọng, phải nghe theo dù biết nó vô nghĩa.

Khi tập thể, lối sống theo kiểu số đông ngự trị, mỗi con người **(ví như tôi chẳng hạn),** thậm cả với người tài cao đức trọng đều thiếu vắng cảm giác về tinh thần trách nhiệm. Điều này làm người ta trở nên thụ động, và thường Ỷ LẠI vào tập thể và những gì đang có.

Tập thể không hề thông minh hơn một con người độc lập. Thậm chí khi những con người thông minh tập hợp lại với nhau, những quyết định của họ cũng không hơn gì quyết định do người ngu dốt họp lại. Tập thể chỉ có thể tạo nên những cái trung bình, chứ không thể tạo nên những cái mới mang đặc tính riêng.

Khi bị tập thể hoá, người ta không đủ khả năng thực hiện những hoạt động đòi hỏi phải có sự hiểu biết đặc biệt. Cũng chính vì vậy mà người ta bảo thủ, độc đoán và không khoan dung với những cái tiến bộ, đột phá. Ở *Việt Nam, người ta đã từng du nhập những công nghệ làm nông nghiệp tiên tiến vào Việt Nam, nhưng có lẽ vì độc đoán, bảo thủ và không khoan dung với những cái mới nên cộng đồng nông dân Việt Nam thường không tiếp cận những cái tiên tiến của thế giới.* Nói như lời một người bạn của tôi đã nói rằng: tôi "biết" những cái đó nhưng đừng bắt tôi làm.

THỤ ĐỘNG	Ỷ LẠI	TRÌ TRỆ

Người đưa ra những quyết định đúng đắn trong tập thể thường bị bỏ rơi hoặc bị bài bác. Do không được dẫn dắt đi theo những con đường đúng đắn và có lợi, tập thể(xã hội) hoạt động một cách kém hiệu quả. Chính vì tập thể(xã hội) hoạt động kém hiệu quả nên không tạo ra nhiều lợi ích cho các thành viên, vì vậy các thành viên thường sinh ra tâm lý anh sao tôi vậy, kìm hãm đố kị lẫn nhau, bao che cho nhau kiếm những lợi ích bằng những con đường không chính thống.

Người Việt Nam, trình độ dân trí có phải là quá thua kém các dân tộc khác hay không. Rõ ràng là không. Nhưng vì ở Việt Nam, chủ nghĩa tập thể thống trị, số đông làm chủ tập thể chứ không phải số ít nhưng vấn đề số đông chưa thật sự bản lĩnh và tài giỏi. Khi đó những cái "yếu" (về tư duy, nhận thức) có xu hướng thắng thế và lấn lướt, làm chủ tập thể. Do đó, những nhận thức, trình độ hiểu biết chưa cao lan tràn trong tập thể và sự trì trệ của số đông chi phối tập thể, cộng đồng.

Khi bị cộng đồng hóa, mỗi con người Việt thiếu vắng cảm giác về tinh thần trách nhiệm đối với cộng đồng và hình thành thái độ "cha chung không ai khóc", "coi nhẹ ý nghĩa đồng bào" và thậm chí thiếu vắng cả cảm giác về tinh thần trách nhiệm với bản thân mình và hình thành thái độ "anh sao tôi vậy", "anh nhất tôi cũng nhì", không cần cầu tiến, chỉ cần cầu sung vừa đủ xài và miễn sao không thua người khác.

Trong tập thể, số đông ở Việt Nam, những thành viên trong số đông thường lấn áp số ít người tài cao đức trọng. Những thành viên trong số đông ý thức rất rõ quyền lực số đông trao cho mình. Việc chắc chắn không bị trừng phạt càng khiến các thành viên này thái quá hơn trong việc lấn áp số ít. Người tài cao đức trọng trong tập thể, thường không thể làm chủ tập thể vì họ chiếm số ít. Họ bị tập thể, số đông bắt phải khiêm tốn, hạ mình, không thể hiện được mình. Thậm chí khi không thể chi phối tập thể, số đông, những người này có thể bị cộng đồng tác động ngược lại và có thể biến dạng từ người đáng kính thành người yếu tài, kém đức. Nhiều người nổi trội ở Việt Nam vẫn thường hành động theo thiên kiến của xã hội chứ không hề có chủ kiến cá nhân. Sự thống trị của tập thể, số đông đồng nghĩa với việc con người chưa thoát khỏi thời kì lạc hậu, hoang dại.

Cuộc sống ở Trung Quốc, Hàn quốc dư luận rất khắc khe. Nếu một người làm sai điều gì, dư luận sẽ chỉ trích người đó rất nặng. Tuy nhiên người tài cao đức trọng ở Trung Quốc rất mạnh mẽ, họ sẵn sàng chịu đựng dư luận, nếm mật nằm gai(ví dụ như Câu Tiễn, Tư Mã Ý). Ở Hàn Quốc, có nhiều vụ tự tử cũng vì sợ dư luận.

 Còn ở Việt Nam, dư luận không khắt khe như vậy, dư luận Việt Nam **khoan dung, dễ dãi** và đồng cảm hơn dư luận ở Trung Quốc, Hàn Quốc rất nhiều. Người Việt xưa nay vốn trọng tình hơn trọng lý. Tuy nhiên bộ phận người tài cao đức trọng ở Việt Nam chưa ý thức được điều này, họ tuy thông minh hơn người nhưng chỉ là hòn ngọc thô. Họ chưa đủ mạnh mẽ và trưởng thành để đương đầu với dư luận. Họ tuy có đức trọng, nhưng chưa thể hiện sự nghiêm túc và tinh thần trách nhiệm với cộng đồng bằng người Trung Quốc, Hàn Quốc. Họ tuy tỏ ra đáng kính nhưng còn non nớt, trẻ con, mềm yếu hơn người Trung Quốc, Hàn Quốc rất nhiều. Họ làm việc gì cũng sợ "nói trước bước không qua". Họ lầm tưởng đám đông cười cợt mình nếu mình làm sai điều gì nên luôn tỏ ra sĩ diện "hão", và luôn tỏ ra khiêm tốn theo kiểu "làm màu". Họ thường lầm tưởng dư luận cười cợt mình nếu mình trèo cao té đau nên không dám đi ngược lại dư luận để mưu cầu đại sự cho mình.

2 LÀM SAO ĐỐI MẶT VỚI TẬP THỂ VÀ DƯ LUẬN.

Đạo lý sống người ở Việt Nam được tạo ra bởi tập thể, số đông, cho nên rất thiếu chính xác. Trong lối sống tập thể, người ta theo chủ nghĩa cào bằng, nâng cao những con người bình thường, và hạ thấp người quan trọng. Tập thể, số đông người thường nâng cao những điều nhỏ bé, hạ thấp những điều lớn lao. Như vậy không khích lệ con người tập trung vào những điều lớn lao, không tạo ra sự tích cực trong con người.

Trong khi các dân tộc khác đề cao cái tôi bên ngoài(chứng tỏ bản thân, sẵn sàng đấu khẩu), hạ thấp cái tôi bên trong(giúp đỡ người khác). Người Việt hạ rất thấp cái tôi bên ngoài(rất dễ hòa đồng và khoan dung), quá đề cao cái tôi bên trong: chỉ biết bản thân mình, muốn mình là độc nhất, sợ người khác hơn mình, ương ngạnh tỏ thái độ bất hợp tác trong làm việc tập thể, khó đoàn kết để làm việc lớn nên cơ nghiệp thường nhỏ. Trong khi các dân tộc khác đề cao trí thông minh rồi mới đến sự cần cù thì người Việt thường đề cao sự cần cù hơn đề cao trí thông minh. Ở các nước phát triển phương Tây, người ta không đề cao tính cần cù nhưng người ta làm việc một ngày mười mấy tiếng. Khi trí thông minh phát huy người ta sẽ hăng say, hứng thú với lao động. Ở Việt Nam, người thông minh phải che giấu trí thông minh của mình, trí thông minh bị áp chế, không được phát huy tối đa, người Việt không tạo ra nhiều cơ hội việc làm cho mình và năng suất lao động cũng thấp. Do đó họ thiếu hứng thú lao động và hưởng thụ rất nặng.

Ở Nhật Bản, trong một tập thể (cũng như trong xã hội), người có phẩm chất tốt và trí tuệ vượt trội thường chiếm thiểu số nhưng lại tác động và truyền cảm hứng, thậm chí chỉ huy những người còn lại. Những người còn lại sẽ noi gương, học hỏi phẩm chất và trí tuệ của những con người này, nhờ vậy tập thể(xã hội) hoạt động một cách có trật tự, hiệu quả, luôn luôn đi lên.

Còn ở Việt Nam, người yếu tài kém đức thường rất tự tin và nói rất mạnh miệng, tập thể lại hay đi theo kẻ mạnh miệng, người tài cao đức trọng vì vậy mà lép vế. Điều xấu hơn nữa là người yếu tài kém đức thường đố kị với người tài cao hơn mình. Trong một tập thể, người có phẩm chất tốt, trí tuệ vượt trội chiếm thiểu số thường bị người có tài đức kém hơn bài bác, đố kị, thậm chí bị cô lập, do đó họ có xu hướng yếm tài ẩn đức, thậm chí bị tác động ngược lại bởi người có tài đức kém hơn mình. Đây là nguyên nhân vì sao ở Việt Nam, sự hư hỏng thường lấn lướt những cái tốt đẹp, tập thể (và cả xã hội) hoạt động một cách kém hiệu quả.

Bill Cosby đã nói: **"tôi không biết chìa khóa thành công là gì, nhưng tôi biết chìa khóa của thất bại là cố gắng làm vừa lòng người khác". Nếu chúng ta cố gắng làm vừa lòng tập thể, chúng ta chắc chắn thất bại.** Để thành công trong sự nghiệp cũng như trong cuộc sống, ***những người tài cao đức trọng,*** sao bạn không luyện cách đối mặt và thay đổi dư luận, tập thể thay vì làm vừa lòng tập thể. Đương đầu và thay đổi tập thể, dư luận cũng dễ lắm, sao bạn không thử xem qua một số ý kiến của tôi:

Trong một tập thể người Việt, trong nền kinh tế thị trường ở Việt Nam những hành động tốt lại thường bị cho là dấu hiệu của sự yếu đuối, do đó nhiều khi người ta ít khi hành động theo những cái tốt. Tuy nhiên khi sống trong tập thể, số đông người Việt hầu như chủ yếu bị điều khiển bởi sự vô thức. Tập thể, số đông là một bầy đàn, nếu không có người chăn dắt tập thể, số đông sẽ chẳng biết làm gì. Khi đó, để thay đổi tập thể, số đông sao bạn không:

THAY VÌ LẦM TƯỞNG THIÊN HẠ CƯỜI CỢT MÌNH NẾU MÌNH TRỞ THÀNH NGƯỜI ANH HÙNG, SAO KHÔNG ĐI TIÊN PHONG ĐỂ KÍCH THÍCH TẬP THỂ, SỐ ĐÔNG.

Sự giác ngộ và niềm tin của tập thể, đám đông người Việt chỉ có được nhờ sự lan tỏa theo kiểu truyền nhiễm, chứ không không nhờ những lập luận của lý trí.

Trong một bữa tiệc tại một nhà hàng, có rất nhiều nhân viên và cả giám đốc của một cơ quan tham gia. Mọi người đều ăn uống vui vẻ. Đến cuối bữa tiệc, vị giám đốc xin một cái hộp để đem thức ăn về nhà. Mới đầu một số người hơi ngạc nhiên, sau đó một người phụ nữ cũng xin một cái hộp để mang thức ăn về nhà, rồi kế đến người thứ hai, thứ ba. Một số người đàn ông cũng xin bao ni lông để lấy bia về. Một vài người không lấy gì cả thì cảm thấy uất ức trong lòng vì họ nghĩ: ai cũng làm, mắc gì mình không làm. Vị giám đốc đã trở thành người tiên phong khiến cho các nhân viên khác làm theo. Anh ta biết tâm lý của hết thảy mọi người, đều muốn đem đồ ăn về nhà nhưng vì sĩ diện nên không dám. Hành động của anh giám đốc đã khẳng định với tập thể rằng việc này là việc hoàn toàn bình thường. Tập thể thậm chí còn kính sợ vị giám đốc này.

Vị giám đốc không lầm tưởng thiên hạ sẽ cười cợt anh ta nếu anh ta đi tiên phong. Hành động của giám đốc đã phá vỡ mọi quy tắc chung. Có thể có người trong đám đông đánh giá anh ta nhưng con người không ai không vì mình. Nếu làm theo anh ta, họ sẽ được nhiều hơn là mất. Trong nội bộ đám đông, ý tưởng, tình cảm, cũng như sự kích động này bắt đầu lây lan. Một người hai người làm theo. Người còn lại bắt đầu nghĩ rằng: người ta không ngại thì mắc gì mình phải ngại. Một người trong một đám đông đương nhiên ý thức được cái quyền lực mà đám đông đã trao cho người đó. Do đó, nếu đám đông làm được điều gì thì anh ta cũng có quyền làm được điều đó. Rồi cứ thế tâm lý bầy đàn khiến cho toàn bộ tập thể làm theo. Tất cả nhân viên nhờ vậy đều được hưởng lợi.

Đám đông luôn nghe theo những con người Việt có ý chí mạnh. Những cá thể tập hợp nên đám đông sẽ bị tước đi toàn bộ ý chí và quay theo một cách bản năng kẻ sở hữu ý chí.

Con người ta ai cũng có danh dự. Chỉ có điều một người thấy người khác cư xử không đúng mực rồi sinh ra tâm lý: người ta cũng vậy, thôi mình cũng như vậy. Tuy nhiên nếu bạn tiên phong làm theo lẽ đúng, người xung quanh sẽ thấy: người ta không xấu hổ thì mình xấu hổ cái gì. Tính cộng đồng lúc này sẽ theo hướng tích cực. Vì ai cũng như nhau nên người ta không cảm thấy xấu hổ. Nếu bạn tỏ ra là người có nhận thức và nhân cách cao hơn họ, họ thậm chí sẽ cảm thấy xấu hổ trước bạn, tự sửa mình và làm theo bạn.

Cộng đồng đình trệ khi không có thôi thúc của cá nhân. Thôi thúc của cá nhân tàn lụi khi không có sự cảm thông của cộng đồng.

William James

Khi bị tập thể hoá, con người ta thường làm theo người khác, làm theo số đông hơn là làm theo lý lẽ mặc dù ai cũng hiểu lý lẽ. Trong những trường hợp như vậy, sao bạn không thử đặt mình vào địa vị của họ, họ cũng nghĩ như bạn nhưng vì ngại ngùng nên không dám. Sự thái quá trong tình cảm của đám đông khiến họ luôn đòi hỏi những vị anh hùng. Khi đó, sao chúng ta không tiên phong làm theo lẽ đúng, chúng ta sẽ như giúp người xung quanh giải tỏa khúc mắt trong lòng. Trong nội bộ đám đông, ý tưởng, tình cảm, cũng như sự kích động này bắt đầu lây lan. Họ sẽ nghĩ rằng: **" người ta không ngại, mắc gì mình phải ngại"** hoặc cho rằng: **"người ta làm được, tại sao mình lại không làm được"**. Lúc này tập thể bắt đầu kính sợ vị anh hùng của họ và bắt đầu hớn hở làm theo.

Một khi chúng ta đã chắc chắn là chúng ta có ý tưởng hay, quyết định đúng đắn, lý lẽ thuộc về chúng ta ,thì sao chúng ta phải đắn đo, do dự. **Không nên sợ sai !** Dư luận Việt Nam rất khoan dung và đồng cảm.

Trước năm 2007, bóng đá Việt Nam rất có triển vọng. Nhưng các nhà làm bóng đá không làm nhiều để đào tạo thế hệ trẻ cho bóng đá. Việc đào tạo bóng đá trẻ gần như là việc bất khả thi. Tập đoàn HAGL đã tiên phong thành lập nên học viện bóng đá HAGL Asernal. Những cầu thủ của học viện bóng đá này đã làm trụ cột cho đội tuyển u19 Việt Nam, đánh bại nhiều đối thủ lớn, khiến đội tuyển u19 Việt Nam trở thành hiện tượng. Tiếp nối tập đoàn HAGL, các nhà làm bóng đá đã thành lập nên các học viện bóng đá khác như Viettel, Pvf, Hà Nội T&T. Có thể nói tập đoàn HAGL đã đi tiên phong, thôi thúc, phá vỡ mọi ranh giới hạn chế, hình thành nên nhận thức mới (rằng việc đào tạo bóng đá trẻ là hoàn toàn khả thi), chuẩn mực mới, làm khuấy đảo cộng đồng, cũng như khuấy đảo cả nền kinh tế thị trường, khiến các doanh nghiệp khác cũng đầu tư thành lập học viện bóng đá cho riêng mình.

Ở Việt Nam, trong một tập thể, trong nền kinh tế thị trường cũng như trong cả cộng đồng, thay vì tự giới hạn mình trong sự hòa đồng, nếu một người Việt đảo lộn mọi chuẩn mực của tập thể, của cộng đồng, phá vỡ mọi ranh giới hạn chế, hành động một cách uyển chuyển và linh hoạt, người đó sẽ hình thành các ý tưởng mới, nhận thức mới, chuẩn mực mới và có khả năng khuấy đảo tập thể, khuấy đảo nền kinh tế thị trường cũng như cả cộng đồng.

KIÊN TRÌ CHỊU ĐỰNG DƯ LUẬN CHO ĐẾN KHI TẬP THỂ VÀ DƯ LUẬN NHẬN RA CHÂN LÝ.

Trong tập thể, trong xã hội, cộng đồng người Việt Nam những kẻ vô học, những kẻ ngu muội, những kẻ ganh ghét thường hành xử thái quá để khỏa lấp cảm giác vô tích sự của họ. Việc chắc chắn không bị trừng phạt càng khiến những người này thái quá hơn trong việc lấn áp người tài cao đức trọng.

Huấn luyện viên Calisto là một huấn luyện viên tài năng. Ông là người đầu tiên đưa đội tuyển bóng đá nam Việt Nam đạt huy chương vàng AFF Cup. Trước khi đạt giải ở AFF cup, ông đã phải gánh chịu búa rìu dư luận. Đội tuyển Việt Nam lúc đó thua rất nhiều trận. Ông dẫn dắt đội tuyển Việt Nam với sức ép là phải dành cup vàng AFF cup. Khi bắt đầu dẫn dắt, trong các trận đấu giao hữu ông không tung ra những quân bài chiến lược để dành chiến thắng. Ông chỉ thử nghiệm đội hình, thử nghiệm chiến thuật phù hợp. Các trận đấu giao hữu chỉ toàn hòa và thua. Lúc đó cả nước Việt Nam dõi theo từng trận đấu của đội tuyển, báo chí không ngớt lời chê bai ông vì những trận thua liên tiếp. Mặc cho dư luận công kích ông, ông vẫn giữ vững lập trường, kiên trì với con đường đã chọn.

Ông luôn thuyết phục dư luận : "bạn muốn chiến thắng nhưng tôi mới là người muốn chiến thắng hơn ai hết, người hâm mộ nên cho chúng tôi thời gian". Đến giải AFF Cup, đội tuyển Việt Nam đấu tốt lên sau từng trận đấu và sau cùng đạt huy chương vàng. Sau đó báo chí đã xin lỗi ông vì những phát ngôn của họ. Họ đã không hiểu ông không hiểu con đường đi của ông. Nếu trước đó ông làm dư luận, tung các quân bài chiến lượt dành chiến thắng trong các trận giao hữu thì ông đã thua trong giải đấu quyết định ở

Aff cup và cả nước Việt Nam cũng không thể nào tận hưởng niềm vui chiến thắng.

Vợ tôi sinh ra ở thành phố. Cô ấy nấu ăn rất giỏi. Khi quê tôi tổ chức đám giỗ, cô ấy là con dâu nên có trách nhiệm tham gia nấu ăn. Tuy nhiên đồ ăn ở quê tôi, một vùng nông thôn rất đơn giản, không ngon. Vợ tôi rất muốn trổ tài nấu ăn của mình nhưng vì tâm lý "ở bầu thì tròn ở ống thì dài ", chỉ muốn "nhập gia tùy tục" và không muốn "rút dây động rừng" để người khác chú ý đến mình. Tuy nhiên điều này chỉ khiến cô ấy cảm thấy bị ức chế vì không trổ được tài năng. Cô ấy phải nghe theo lời chỉ dẫn của người nấu ăn kém hơn mình. Điều này khiến cô ấy càng lúc càng bất mãn.

Tôi đã động viên, và khuyến khích vợ mình : chỉ có em mới có khả năng làm thay đổi phong cách nấu ăn cũ của quê anh. Được tôi khuyến khích mãi, vợ tôi mới bắt đầu nấu một món ăn với cách làm khác hẳn với người xung quanh. Người trong gia đình tôi bắt đầu thấy khó chịu, bàn ra tán vào, thậm chí có người muốn cãi cọ với cô gái này vì họ nghĩ cô gái này làm sao giỏi nấu ăn như họ. Cô ấy phải nấu ăn trong ánh mắt khó chịu, dò xét của các bậc tiền bối. Không khí trong bếp thời điểm đó khá nặng nề. Tôi đã ở bên, phụ vợ nấu ăn để động viên vợ mình. Đến khi món ăn được làm xong thì ai cũng trầm trồ khen ngon. Lúc này, mọi người bắt đầu thay đổi suy nghĩ. Đám giỗ năm sau, cô ấy mạnh dạn nấu 2/3 món ăn. Người ta không khó chịu với cô ấy nữa, mà còn quan sát học hỏi cô ta. Dân làng ai cũng đến tham dự đám giỗ làm học hỏi cách nấu các món ăn này. Sau cùng họ đều học hỏi cách nấu ăn của gia đình tôi.

Vấn đề là làm sao để tập thể, số đông người Việt đi theo số ít người có quyết định đúng đắn. Sao chúng ta không thuyết phục tập thể(nếu có thể, sao bạn không dùng nghệ thuật đắc nhân tâm để thuyết phục trước, rồi mới dùng hành động sau) bằng cách kiên trì với con đường đã chọn, chịu đựng dư luận thậm chí bất chấp dư luận cho đến khi dư luận nhận ra chân lý thực sự. Thực ra đám đông rất nhẹ dạ và rất dễ bị tác động. Do đó bạn không phải chờ đợi quá lâu để đám đông đi theo bạn. Hơn nữa tập thể thường đi theo người mạnh. Nếu bạn kiên trì theo con đường mình chọn, tập thể sẽ cảm nhận bạn là người mạnh và sẽ đi theo bạn.

Trong nhiều trường hợp khác, tập thể người Việt cũng rất độc đoán, bảo thủ và không khoan dung. Trong những trường hợp như vậy, sao chúng ta không thuyết phục thị giác, xúc giác của tập thể thay vì thuyết phục tư duy của họ. Trong tập thể, sự bất mãn rất cần thiết cho sự tiến bộ. Bạn cứ mạnh dạn làm việc gì đó thông minh, thay vì làm việc đã phổ biến. Sao bạn không tiên phong thay đổi tập thể thay vì cứ giữ tâm lý "ở bầu thì tròn ở ống thì dài". Điều này là vì thành công của bạn và cũng vì lợi ích của cộng đồng.

42

CHỈNH SỬA, THUYẾT PHỤC TẬP THỂ, SỐ ĐÔNG.

Trong khi nghiên cứu về trí tưởng tượng của đám đông nhiều ngươig đã tìm ra, rằng họ bị kích động thông qua các hình ảnh. Trong rất nhiều trường hợp, ta không thể thuyết phục đám đông bằng lý lẽ, mà chỉ có thể thuyết phục đám đông bằng cách cho họ thấy kết quả của sự việc.

Khi đồng tiền polime ở Việt Nam đầu tiên xuất hiện, ngay lập tức đã có những đồng tiền polime kém chất lượng lưu hành trên thị trường. Dư luận lúc đó cũng vô cùng xôn xao về thực hư chuyện đồng tiền polime kém chất lượng. Báo chí khi đó làm to chuyện nói rất nhiều về chuyện này và ít nhiều làm giảm uy tín của đồng tiền polime. Đến nỗi đài truyền hình phải làm một cuộc tọa đàm và mời giám đốc ngân hàng nhà nước đến để bàn về thực hư vụ việc này.

Trong buổi tọa đàm, đài truyền hình đã bố trí một ly nước, vị giám đốc không ngần ngại bỏ tiền vào ly nước để chứng minh tiền không hề bị hư hại khi ở trong nước. Những hình ảnh này đã thuyết phục được khán giả xem truyền hình. Sau đó, vị giám đốc đã nói quả quyết: vụ việc đồng tiền polime kém chất lượng chỉ một số trường hợp rất nhỏ trong số rất nhiều đồng tiền polime chất lượng của chúng tôi sản xuất ra, vậy mà báo chí lại thổi phồng câu chuyện, làm giảm uy tín của đồng tiền polime và uy tín của ngân hàng nhà nước.

Báo chí cũng như dư luận Việt Nam thường có thói quen bình luận bề nổi của sự việc chứ không có thói quen đi tìm nguyên nhân cơ bản của sự việc và cũng chưa biết dùng nghệ thuật đắc nhân tâm để hướng xã hội đi theo hướng tốt đẹp. Đám đông thường nhìn vấn đề một cách phiến diện và thường hành xử thái quá. Trong tập thể, số đông người Việt, những kẻ vô học, những kẻ ngu muội, những kẻ ganh ghét thường hành xử thái quá để quên đi cảm giác vô tích sự của họ. Trong trường hợp này, việc đồng tiền polime kém chất lượng chỉ là một số ít trường hợp cá biệt rất nhỏ. Báo chí chỉ vì muốn hút khách đã làm rùm ben sự việc, làm giảm uy tín đồng tiền polime, ngân hàng nhà nước. Vị giám đốc ngân hàng nhà nước đã rất dũng cảm khi phê phán dư luận (mà "báo chí" là đơn vị cầm đầu). Kể từ thời điểm đó, dư luận đã không nhắc nhiều đến chuyện đồng tiền polime kém chất lượng.

Ở Việt Nam, lý lẽ của số đông rất thiếu chính xác. Đám đông thường dùng một phép so sánh là có thể rút ra kết luận. Ví dụ như ngày trước, tôi từng nghĩ : hai cái đầu hơn một cái đầu. Tuy nhiên giáo lý ngu xuẩn này đã khiến mỗi con người Việt không dám quyết đoán và có tư duy độc lập. Trong làm việc tay chân, hai người làm việc hơn một người. Vậy là người ta liên tưởng đến khi làm việc trí óc: hai cái đầu hơn một cái đầu.

Điều thực tế, đám đông người Việt không thông minh hơn một con người Việt độc lập. Vì mỗi con người Việt, trong đám đông thường tự giới hạn mình trong sự hòa đồng những tính cách chung, từ đó chỉ tạo nên những cái trung bình, chứ không tạo nên những cái mới mang đặc tính riêng. Việt Nam, đám đông làm chủ tập thể, số đông, do đó, giáo lý sống của người Việt rất thiếu mang tính chính xác(ví dụ như hai cái đầu hơn một cái đầu, trứng vịt cũng lộn huống gì con người)

Khi đó, để phát triển chúng ta cần những chính kiến của người xuất sắc chiếm số ít trong tập thể, trong cộng đồng. Do đó để bảo vệ chính kiến của mình, sao người xuất sắc không dẫn dắt tập thể, thậm chí đấu tranh, phê phán dư luận thay vì "dĩ hòa vi quý". Thói quen "dĩ hòa vi quý" làm đẹp lòng người khác chỉ có hại cho thành công của bản thân mình và tập thể. Để thuyết phục đám đông tôi luôn đi theo điều sau:

Để thuyết phục tập thể, chúng ta khó có thể dùng lý lẽ. Đám đông chỉ có thể suy nghĩ qua hình ảnh và chỉ để các hình ảnh tác động vào mình. Để thuyết phục đám đông người Việt, con người ta chỉ có thể tạo ấn tượng để lôi kéo cả đám đông đi theo. Chỉ cần biết cách gợi lên những hình ảnh, để có thể lôi cuốn họ, ta có thể dẫn dắt họ suy nghĩ theo hướng ta muốn. Những hình ảnh hiện lên trong trí óc họ bởi một người nào đó, bởi một sự kiện, bởi một tai nạn xảy ra sống động có thể dẫn dắt đám đông suy nghĩ theo hướng ta muốn. Sức tưởng tượng đặc biệt của đám đông dễ dàng tạo nên sự xúc động.

Khi đó đám đông gần giống như ở trong trạng thái của một người đang ngủ, khả năng suy xét khi đó gạt sang một bên. Nếu chúng ta khơi gợi hình ảnh về một thắng lợi lớn, một điều kỳ lạ lớn, một tội ác lớn, một niềm hy vọng lớn, chúng ta có thể kêu gọi đám đông tin theo mình.

Tiếp đến chúng ta có thể dùng ngôn từ nhưng thường tác động vào niềm kiêu hãnh và danh dự của tập thể, số đông. Có như vậy, ta mới tác động vào sự bảo thủ và độc đoán của tập thể, số đông. Trong một lớp học, cô giáo đưa ra một câu hỏi, nhưng học sinh ở dưới dù có biết cũng chả thèm giơ tay trả lời. Đến khi cô nói: những nhân tài của lớp này đâu hết rồi, hãy trả lời câu hỏi của cô. Lúc này, mới có học sinh giơ tay phát biểu.

Trong trường hợp ta cần phải đương đầu với tập thể, có một kinh nghiệm khi đương đầu với số đông người có ý kiến chưa đúng là : " thắng giặc bắt tướng", chỉ cần thuyết phục người dẫn dắt số đông đi theo bạn (nếu dùng lý lẽ không được, sao không thuyết phục thị giác, xúc giác của anh ta) , tập thể, số đông khi đó sẽ đi theo bạn.

Tiếp đến, chúng ta có những câu khẩu hiệu. Người biết dẫn dắt tập thể, số đông đều nhằm tới tình cảm (động viên, khuyến khích) chứ không hề nhằm vào lý trí của họ. Nếu một khi tập thể, số đông được tác động một cách khéo léo, đám đông đó có thể rất anh dũng và sẵn sàng hy sinh.

Một nguyên nhân khiến người Việt chẳng những thành tựu kém mà còn dễ đi vào cái quy luật định mệnh "không ai giàu ba họ, không ai khó ba đời" là vì người Việt thường chưa sống cho cộng đồng.

Nếu bạn nghèo trên đất Mỹ vẫn bạn vẫn giàu hơn một người giàu ở Việt Nam, vì đất Mỹ giàu hơn đất Việt. Nếu bạn phá sản ở Mỹ hay phương Tây, cơ hội làm lại từ đầu của bạn vẫn cao hơn ở Việt Nam vì ở các nước này có hệ sinh thái khởi nghiệp. Sao bạn không thử xem qua hình ảnh này: để một cây lúa xanh tốt, người ta đề cao: nhất nước, nhì phân, tam cần, tứ giống. Hai yếu tố nước và phân luôn quan trọng vì nó làm cho đất tốt lên, yếu tố giống là yếu tố sau cùng. Nếu một hạt giống tốt được gieo trồng trên một mảnh đất khô cằn, liệu nó có phát triển tốt được không. Khi phát triển đến một mức độ nào đấy, liệu cây sẽ tiếp tục đơm hoa, kết trái hay sẽ chóng héo và chóng tàn trên mảnh đất khô cằn ấy.

Một nguyên nhân chính của hiện tượng không ai giàu ba họ, không ai khó ba đời là vì người Việt thường quan tâm đến lo nồi cơm bát gạo của mình mà chưa quan tâm đến đất nước. Đất nước này mà không tốt lên, cơ nghiệp của ta sớm muộn gì cũng đi xuống. Nếu bạn giàu trên một mảnh đất cũng giàu có, con cái bạn sinh ra thấy thấy bạn bè cũng trăng lứa ai cũng khởi nghiệp làm giàu, nó vì sĩ diện sẽ cũng năng động làm giàu. Nếu bạn giàu trên một mảnh đất nghèo, con cái bạn sinh ra thấy bạn bè trăng lứa ai cũng nghèo, nó sẽ tự mãn và sau này sẽ nghèo.

Chương 2:
Người Việt thành đạt thường lười làm theo các việc này

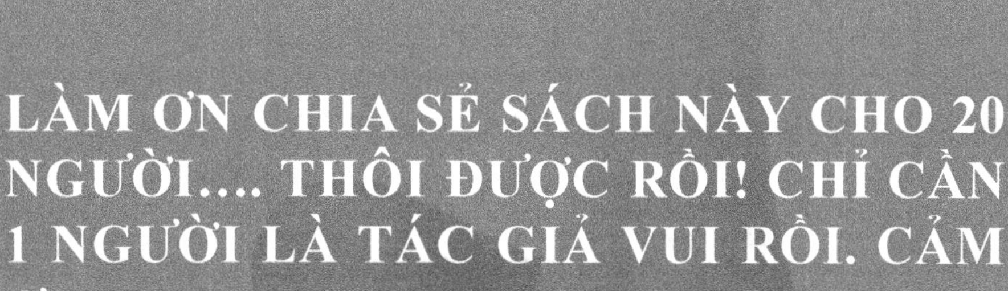
LÀM ƠN CHIA SẺ SÁCH NÀY CHO 20 NGƯỜI.... THÔI ĐƯỢC RỒI! CHỈ CẦN 1 NGƯỜI LÀ TÁC GIẢ VUI RỒI. CẢM ƠN.

LỜI THÚ NHẬN:

Kính thưa quý độc giả, tôi trước kia là một con người nhút nhát, tôi rất sợ khi phải dấn thân vào làm những việc lớn. Dẫu biết sự sợ hãi đó là không nên nhưng dường như trong thâm tâm tôi thà cam chịu điều này hơn là làm gì đó để thay đổi.

Tuy nhiên tôi lại rất giỏi ăn vụng, khôn vặt, làm những việc nhỏ. Khi con người ta không thể khẳng định mình ở môi trường xã hội, con người ta dễ sa đà vào hưởng thụ, ăn nhậu. Thói quen nhìn danh định người khiến tôi thường khinh việc nhỏ, ngại việc lớn(người tự cao thường sợ sai, sợ thất bại) và chưa bao giờ có thể khẳng định mình trong xã hội. Vậy sao bạn không rút kinh nghiệm kinh nghiệm từ tôi sau khi xem qua các ý kiến sau và khẳng định mình.

Ở VIỆT NAM, NGƯỜI GIÀU THƯỜNG CÓ TƯ DUY VÀ CÁ TÍNH THÔNG THOÁNG HƠN NGƯỜI NGHÈO.

KHÁC VỚI NGƯỜI NGHÈO

NGƯỜI GIÀU THƯỜNG.

Người Việt giàu thường không để cái nghèo bó hẹp tư duy, nhận thức, tính cách của mình. Để có phương thức làm giàu đúng đắn, họ không để xã hội, cộng đồng bó hẹp tư duy, suy nghĩ. Để thực sự giàu có, suy nghĩ của họ không bó hẹp vào tiền bạc.

Sao chúng ta không noi gương mỗi con người Việt giàu, sao bạn không luyện những đức tính tốt của họ.

VIỆC LÀM 1: CÓ NÊN THẤY VIỆC LỚN THÌ KINH, VIỆC NHỎ THÌ KHINH, VIỆC BÌNH THƯỜNG THÌ KHÔNG THÍCH HAY KHÔNG

CHÚNG TA CÓ NÊN THẤY VIỆC LỚN THÌ KINH HAY KHÔNG

Người Việt nhiều khi bàn luận sâu đậm về công trình này, công ty nọ nhưng kì thực họ đâu có hiểu hết về những việc đó vì họ đâu có làm thử bao giờ. Họ nói như mình hiểu biết, bàn luận như các chuyên gia. Tuy nhiên họ ít am hiểu sâu rộng về những lĩnh vực đó vì họ đâu có dám làm những công việc lớn lao.

Nhiều người Việt vẫn có cái nhìn phiến diện, cẩu thả và trí tưởng tượng thái quá đối với những khái niệm như công ty, tập đoàn. Do đó họ thường kinh sợ những sự vật như vậy. Trong khu nhà tôi ở có một người định mở công ty, người xung quanh bắt đầu nhìn anh ta với cặp mắt khác nhau. Có người thổi phồng anh ta lên, kính phục anh ta. Có người thì mỉa mai, có khi còn nghĩ rằng chắc gì công ty đó đã làm ăn được. Nếu họ ghen ghét rồi cũng muốn làm theo, có ý tưởng lớn thì còn có thể chấp nhận, đằng này họ ghen ghét nhưng không dám làm theo vì đa số họ sợ làm những việc lớn, chỉ dám mỉa mai. Tất cả những suy nghĩ trên đều phiến diện. Những người có kinh nghiệm đều hiểu: mở công ty thì dễ thôi, quan trọng có làm ăn được không. Những tập đoàn lớn có thể có quy mô trăm tỷ nhưng họ nợ ngân hàng có thể nghìn tỷ. Nếu sản phẩm của họ không đột phá, sáng tạo thì nguy cơ không hề nhỏ.

Chính vì có cái nhìn phiến diện và trí tưởng tượng thái quá đối với thành tựu của các dân tộc khác nên người Việt có thói quen sính ngoại. Họ ngẫm thấy khả năng của họ còn lâu mới bì kịp những dân tộc đó. Họ khiếp nhược những

dân tộc đó. Họ nể sợ những thành tựu lớn lao của các dân tộc khác. Từ đó đâm ra tâm lý thích mua đồ ngoại, đi nước ngoài, sống ở nước ngoài.

NGUYÊN NHÂN CHÍNH CỦA SỰ KÉM PHÁT TRIỂN :

Sự thụ động, thiếu trải nghiệm khiến con người ta sợ hãi trước những điều lớn lao, làm cho trí tuệ con người ta mù mịt, ý chí bạc nhược. Trước những biến đổi to lớn của thế giới, người Việt phản ứng một cách trì trệ, chậm chạp. Nhiều lúc sự sáng suốt và tầm nhận biết của con người thu hẹp. Những cái lớn lao của thế giới hiện đại vẫn tồn tại, gây áp lực lên chúng ta, bắt chúng ta phải thích nghi. Tuy nhiên do nguyên nhân sợ hãi, tầm ý thức bị thu hẹp lại, phản ứng của con người trở nên chậm chạp.

Vì thiếu hiểu biết về những cái mới cộng với trí tưởng tượng sai lầm đã làm người Việt càng khiếp nhược trước những cái lớn lao đó. Người Việt như muốn khép mình lại nhưng điều này là không thể. Người Việt lưỡng lự, phân vân trước những quyết định cải cách để thay đổi. Họ nhìn

thế giới với cặp mắt yếm thế, bi quan nghĩ mình không bằng ai. Đây là nguyên nhân chính của mọi thất bại.

Để không mắc sai lầm giống tôi, **sao bạn không thử xem qua các ý kiến này của tôi :**

A CÓ NÊN ĐÁNH GIÁ CAO VIỆC MỚI HAY KHÔNG

SỰ VẬT, SỰ VIỆC KHÔNG KHÓ NHƯ ĐÃ TƯỞNG TƯỢNG.

Thời xưa ở vùng An Nam không có lừa. Có một người tên Pháp đã chở lừa đến đây để giúp cho công việc nơi đây bớt nặng nhọc. Tuy nhiên ông phát hiện ra, nơi đây chẳng có việc gì cần đến lừa cả. Thế là ông ta thả lừa vào rừng.

Một hôm con hổ Nam đang đi dạo trong vùng thì trông thấy lừa. Nó suốt ngày ở trong rừng sâu, chưa bao giờ thấy con vật nào như thế này. Hổ nghĩ rằng đây chắc chắn là con vật mạnh mẽ, không thể coi thường được. Mặc dù đã từng giết được cả voi, mặc dù là chúa tể sơn lâm

nhưng hổ Nam vẫn dè chừng trước con vật kì lạ này.

Thế là hổ nấp một chỗ, quan sát. Nó nghĩ bụng, liệu lừa có phải là mối đe dọa lớn đối với mình, nó chầm chậm tiến tới, vừa muốn kết bạn, vừa muốn thăm dò lừa. Lừa thấy một kẻ to gan, dám tiến vào lãnh thổ của mình, liền kêu lên một tiếng giận dữ. Tiếng kêu đó thể hiện sự uy nghi, can đảm của lừa. Hổ Nam bị một phen khiếp vía, tưởng lừa định tấn công mình, chạy tót vào rừng. Nhưng thật kì lạ, hổ nhận ra lừa không hề đuổi theo. Sau nhiều lần quan sát, hổ Nam phát hiện ra lừa không có bản lĩnh gì đặc biệt, nó cũng chẳng còn sợ tiếng kêu đó của lừa. Hổ ngày càng bạo dạn hơn, tiếp cận lừa thường xuyên hơn. Khi lừa đang ăn cỏ, nó chạm nhẹ vào lừa, hoặc đi ngang qua cố ý va vào lừa. Hổ Nam liên tục thử thách lừa hết lần này đến lần nọ. Lừa cũng trả đũa bằng cách vung chân đá hổ. Dần dần hổ nhận ra rằng bản lĩnh lớn nhất của lừa là vung chân đá đối phương. Vậy là hổ Nam mừng rỡ, gầm lên, cắn chết lừa.

Người phương Tây du nhập công nghiệp và kinh tế thị trường vào Việt Nam. Mặc dù không sợ những đội quân có vũ khí tối tân, nhưng trong thời bình, mỗi con người Việt thường sợ sệt, tôn sùng các khái niệm như công nghiệp, kinh tế thị trường…thường quá thần tượng những sự vật như công ty, doanh nghiệp, tập đoàn… Người Việt không phải không thông minh nhưng vì có cái nhìn phiến diện và trí tưởng tượng thái quá đối với các khái niệm trên dẫn đến việc tôn sùng, kinh sợ những điều trên. Vậy là họ không dám thử, không dám thành lập cơ nghiệp cho riêng mình. Sự thông minh của họ vì vậy thường bị bóp lại thành tinh vặt.

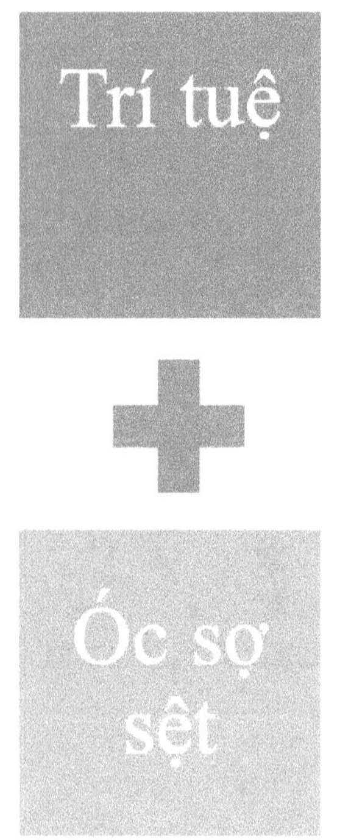

Hành động người Việt trong nền kinh tế thị trường cũng giống phản ứng ban đầu của con hổ trước con lừa. Cách nhìn của con hổ trước con lừa mang tính phiến diện, cẩu thả và thái độ mang tính thái quá dẫn đến tôn sùng con lừa. Cách nhìn của người Việt với nền kinh tế thị trường cũng y như vậy. Hành động của con hổ ban đầu mang tính nhẹ dạ và dễ bị tác động. Hành động của người Việt trong nền kinh tế thị trường cũng không khác gì mấy.

Trước nền kinh tế thị trường, trước thời đại công nghiệp, trí tuệ của người Việt mặc dù không tệ mà cái đáng nói là sự sợ sệt, tự ti của người Việt. Khi sợ sệt, sự sáng suốt và tầm nhận biết thu hẹp lại đáng kể, dẫn đến phản ứng của con người ta trở nên trì trệ, chậm chạp và trí thông minh như biến đâu mất. Những điều này cộng thêm hành động nhẹ dạ và dễ bị tác động nên trí thông minh của con người thường biến thành những hành động khôn lỏi.

Trí tưởng tượng của người Việt làm phong phú thêm biểu tượng, và cuối cùng tạo nên tình trạng tự ti . Khi đó người ta không dám lại gần những sự vật lớn lao đó. Tuy nhiên, chúng ta không thể tránh xa chúng, người Việt chúng ta phải thích nghi với việc mở công ty, mở nhà máy, với nền kinh tế thị trường, với thời đại công nghiệp. Như lời tôi muốn thú nhận với bạn : tôi biết về việc mở công ty, mở nhà máy…. nhưng đừng bắt tôi muốn làm. Chữ muốn ở đây là muốn thực hiện, biến cái biết thành hành động. Nhưng tôi luôn lưỡng lự, phân vân chưa bao giờ quyết đoán, dám làm. Trong nền kinh tế thị trường ngày nay, tôi làm sao sinh tồn được.

Tuy nhiên nguyên nhân sâu xa là do đâu. Dân tộc Việt Nam ta, sau thời Pháp thuộc đến nay, sống quá lâu trong các hoàn cảnh khắc nghiệt và khô khan. Chúng ta sống quá lâu trong thời kì chiến tranh. Trong thời kì chiến tranh, chúng ta phải khôn khéo để tồn tại, bất chấp mọi quy luật để chiến thắng kẻ thù. Bây giờ trong thời kì hòa bình, chúng ta vẫn dùng lối tư duy như vậy, khôn khéo để tồn tại, bất chấp mọi quy luật để chiến thắng (cái nghèo). Chúng ta đã quá quen với việc được nhà nước bao bọc, che chở, tạo công ăn việc làm cho chúng ta trong thời bao cấp, và đến khi bước vào nền kinh tế thị trường, chúng ta trở nên **thiếu tự tin, không bản lĩnh**. Chúng ta sống quá lâu trong nền kinh tế bao cấp khiến trí tuệ và ý chí của con người không được nuôi dưỡng, bây giờ nhiều người Việt (ví dụ như tôi bây giờ chẳng hạn) vẫn chưa có ý thức được trách nhiệm của cá nhân, và vẫn còn mang tâm lý ỷ lại vào nhà nước, vào cộng đồng.

Gặp hoàn cảnh như vậy, chúng ta sao tránh khỏi sự tự ti, bạc nhược. Sự tự ti, bạc nhược len lỏi trong mỗi thành phần, mỗi con người trong xã hội Việt Nam. Sự tự ti, bạc nhược là nguyên nhân chính của mọi sự thống khổ, suy đồi đạo đức.

Sao chúng ta không nhanh chóng xóa bỏ sự tự ti để có thái độ xác tín về giá trị của chính mình. Cái cốt lõi của sự bạc nhược xuất hiện nếu tình cảm tự ti còn đó và tràn ngập ở khắp mọi nơi, mọi con người, mọi thành phần trong xã hội. Nhìn sự việc bằng cặp mắt yếm thế, điều này bóp nghẹt trí tuệ và ý chí của chúng ta, điều khiển phần lớn hành động, tư tưởng của chúng ta, làm ý chí của chúng ta tan vỡ.

Một sự can đảm đích thực đòi hỏi một nhãn quan đúng về sự việc. Tuy nhiên, sự thiếu tự tin, bạc nhược của chúng ta khiến chúng ta không thể có cái nhìn đúng về sự việc. Một dân tộc đã thiếu dũng khí thì từ nông dân cho đến trí thức đều có những hành động chậm chạp, tự ti và thường khó có thể thích nghi trong một nền kinh tế thị trường đầy năng động.

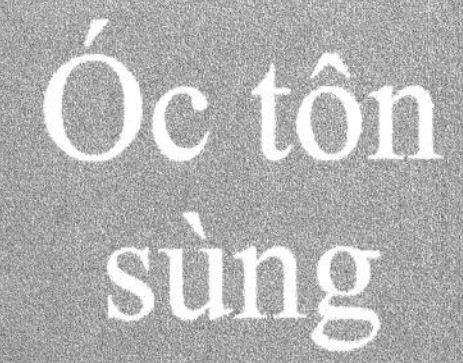

Người Việt nhát đảm vì phán đoán không đúng về những việc lớn. Người ta chỉ sử dụng óc phán đoán chứ không luyện tập chúng, sao bạn không đọc nhiều thông tin, đọc nhiều sách báo, và đặc biệt luyện tập óc phán đoán để đánh giá đúng sự việc. Người nhát nhúa thường mắc bệnh chủ quan trong phán đoán. Họ thổi phồng sự việc. Trong thực tế, có nhiều việc không có gì quá to lớn nhưng óc tưởng tượng của con người tưởng tượng ra đủ thứ đen tối, rồi nhụt chí. Người Việt sống khép kín trong làng xã, tầm nhìn hạn hẹp.

Những khái niệm được người phương Tây du nhập vào Việt Nam trong một trăm năm trở lại đây như công ty, doanh nghiệp, giám đốc điều hành, khoa học…không có gì to tát cả. Người Việt ta có nên để những thứ bề ngoài hùng tráng đó làm ảnh hưởng đến tư duy và phán đoán của mình hay không. Sao bạn không hoài nghi, suy nghĩ, thử hành động để khám phá ra câu trả lời. Tin tôi đi… Dễ lắm. Sao bạn không thử khám phá đi! Mọi thứ chắc chắn rõ ràng hơn theo thời gian. Hệ thống niềm tin sẽ hình thành khi con người ta có được một số trải nghiệm nhất định, một số thành công nhất định.

Con hổ Nam đã thay đổi cách nhìn, thái độ và hành động nhưng người Việt Nam vẫn độc đoán, bảo thủ và không khoan dung trước sự thay đổi. Sùng bái thứ gì quá sẽ khiến bạn có cái nhìn phiến diện về nó. *Sao bạn không bắt đầu từ việc thay đổi óc sùng bái bằng óc thực tế. Sao bạn không thử xem qua chương bảy để biết phương pháp làm chuyện lớn. .*

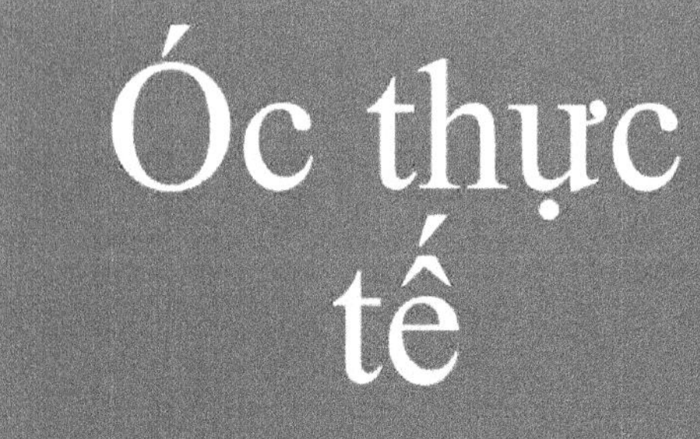

Sao người Việt chúng ta không bắt đầu đón nhận thử thách một cách bình thản, sáng suốt trong nền kinh tế thị trường hiện nay. Khác với nền kinh tế bao cấp, nền kinh tế thị trường luôn luôn có những cái bình thường và cái bất thường. Cái bất thường là những biến cố thử thách ta (mất việc, tai nạn, phá sản, bị lừa đảo). Nó luôn luôn hiện hữu. Nhưng làm sao để ta chế ngự được chúng? Mọi chiến thắng đều xuất phát từ chiến thắng chính bản thân mình. Người thực sự can đảm thường có thái độ sáng suốt, bình thản nhìn thẳng vào khó khăn và khắc phục chúng.

Bên cạnh tính cách ngoan cường của người Việt, sao người Việt ta không luyện đức tự chủ. Đó là thái độ chế ngự các tình cảm, bản năng... để giữ cho được tinh thần sáng suốt, bền bỉ. Chúng ta không thể điều khiển tất cả mọi thứ xung quanh. Nếu chúng ta chế ngự được tình cảm, bản năng thì chúng ta có tất cả, còn nếu không chế ngự được tình cảm, bản năng thì coi như mất tất cả (Cái gì đã qua sao không cho nó qua luôn).

Sao chúng ta không tập tinh thần quyết định. Nó diễn ra nhanh không e dè, không ngần ngại quá đáng, tinh thần quyết định này thường chân thực, nó không phải là sản phẩm của xung động (sự xung động có thể đưa tới quyết định nhanh chóng nhưng nó không tạo nên một hành vi can đảm). Hai nhà tâm lý Dunning và Kruger nói người có tiềm năng, có tài trong lĩnh vực gì thường có xu hướng giả định rằng người giỏi thường nghĩ người khác cũng giỏi trong lĩnh vực đó, do đó họ đánh giá thấp khả năng của mình và mang ảo tưởng tự ti. Để vượt qua điều này sao chúng ta không quyết đoán một cách mạnh mẽ.

Tinh thần sáng tạo của người Việt còn chưa cao. Khi chưa có tinh thần sáng tạo thì người Việt chỉ dẫn đầu thế giới về xuất khẩu "lao động phổ thông". Luyện tinh thần sáng tạo, để có thái độ chấp nhận đảm đương một nhiệm vụ mới, tạo ra giá trị mới. Trong nền kinh tế thị trường, đón nhận một nhiệm vụ mới, tạo ra các giá trị mới,

là chuyện không thể tránh khỏi. Còn những ai tự thỏa mãn với những giá trị cũ thường bị thị trường, xã hội lãng quên và đi theo quy luật đào thải.

Sao chúng ta không bắt đầu bỏ những thói quen chưa tốt (mà tôi cũng từng mắc phải) như nhậu nhẹt, nghiện rượu. Cơ thể khỏe mạnh, ý chí sẽ vững mạnh và con người ta chắc chắn sẽ khắc phục được kẻ nội thù, tiến tới chiến thắng chính mình. Sao mỗi người Việt chúng ta không tập thói quen tốt: thói quen thách đố cái khó, có tinh thần tranh đấu, ghét an nhàn dễ dãi, ưa mới lạ, sáng tạo và luyện cho mình nhiều khả năng : kẻ giỏi ngoại ngữ không sợ nói chuyện với người nước ngoài, kẻ biết tính toán khi đầu tư(sao bạn không tham khảo cuốn bí quyết tay trắng thành triệu phú) không sợ mất vốn khi đầu tư.

Trong xã hội kinh tế thị trường này chúng ta có nên tôn sùng bằng cấp, chức vị, tiền bạc của người khác hay không. Cá nhân tôi nghĩ bạn sẽ trả lời là không vì khi đó, chúng ta mới nhận ra chân giá trị của mình, giá trị của con người phụ thuộc vào việc người đó cống hiến cho xã hội nhiều hay ít. Chưa phát huy tài năng, không có nghĩa là "vô tài năng". Thắng được khó khăn phát xuất từ chủ quan là chế ngự được trở ngại ở thế giới khách quan.

Điều quan trọng nhất trong nền kinh tế thị trường là hành động. Từ kinh nghiệm của con hổ đứng trước con lừa, nếu mỗi con người Việt chúng ta đắn đo suy nghĩ phải, trái, nên, không nên và quyết định chọn điều phải, điều nên làm nhưng chẳng bao giờ cụ thể bằng hành động thì làm sao gọi là can đảm được. Sao mỗi bạn trẻ Việt khôngluyện tập thói quen: đã nghĩ đó là điều phải làm, nên làm thì làm ngay. Dùng dằng,ngần ngại thường là biểu hiện của một ý chí bạc nhược. Sao con người Việt chúng ta không làm ngay một việc nên làm, nó thường tạo cho chúng ta một phản ứng nhạy bén, giúp ta thoát dần trạng thái quán tính của tinh thần của người thiếu dũng khí. Sao con người Việt chúng ta không tập thói quen "có kích thích có phản ứng", bén nhọn và đầy ý thức, đó chính là biểu hiện đầy đủ của đức can đảm.

B SỬA ĐỔI DẦN THÓI QUEN " CAM CHỊU SỰ BẤT CÔNG VÀ THÙ GHÉT SỰ THAY ĐỔI"

CHINH PHỤC THẾ GIỚI.... DỄ LẮM !

Loài vịt sinh ra vốn đã biết bơi. Thế mà có một gia đình vịt nọ, một chú vịt con tên là Nam lại không dám bơi. Nhìn anh chị biết bơi, nó khoái chí lắm.Vịt Nam chỉ dám đứng trên bờ nhìn anh chị đùa giỡn dưới nước.

Bố mẹ vịt lo cho con mình nên nghĩ cách giúp vịt con nhận ra khả năng thựcsự của nó. Một ngày khi lũ vịt xuống nước, vịt mẹ nói với vịt Nam : con trèolên lưng mẹ, mẹ sẽ cõng con bơi cùng anh chị em, ngoài kia vui lắm. Vịt Namnghe lời mẹ, trèo lên lưng mẹ. đang thích thú nhìn anh chị em vui chơi, bỗng dưng vịt Nam giật mình, thấy chân chạm nước. Vịt mẹ nhân lúc con khôngđể ý đã lặn xuống nước, thả con ra khỏi lưng. Khi vịt Nam nhận ra, thì mẹ ở tít xa. Nó sợ hãi, làm theo bản năng, quấn quít đạp chân. Mải mê đạp nước,nó chợt nhận ra mình vẫn nổi trên mặt nước, không hề hấn gì. Bình tĩnh mộtchút, vịt Nam đã biết bơi.

Có một sự thật đáng buồn, người Việt tuy rất chịu khó nhưng thường không có tinh thần khai phá thế giới, tìm tòi những cái mới, ngại dấn thân **(ví như tôi chẳng hạn)**. Người Việt thường độc đoán, bảo thủ khi vươn mình ra thế giới và thậm chí có thể nói không khoan dung với thế giới, dẫn đến việc co mình trong hủ lậu. Vì vậy họ thường hiểu biết về những cái tiến bộ của thế giới một cách phiến diện, chỉ biết phần ngọn chứ không biết phần gốc. Chính vì sự thiếu hiểu biết đó, và sự cẩu thả trong cách nhìn (như nói ở trên) khiến họ càng trở nên sợ sệt, co mình lại. Họ ít khi chinh phục thế giới, thích nghi với điều kiện mới. Họ thường cam chịu sự bất công và thù ghét sự thay đổi. Khi

nhìn ra thế giới, thấy thế giới cái gì cũng lớn, họ bắt đầu cảm thấy mình như đứa trẻ yếm thế, sợ sệt, tự ti. Khi đó, họ năng động làm những việc nhỏ, thụ động làm những việc lớn.

Người Việt thường truyền miệng nhau : thương cho roi cho vọt, ghét cho ngọt cho bùi. Còn ở phương Tây, Dale Carnegie đã nói trong cuốn sách của mình : "muốn khuyến khích ai thì dù người đó tấn tới rất ít, ta cũng nên khen. Như vậy chúng ta khích lệ họ cho họ tiếp tục gắng sức. ". Nhìn cách giáo dục khiến người Việt không tự tin với thế giới.

	Trẻ em Việt Nam	Trẻ em nước phát triển
Mục đích được giáo dục	*Biến con trở nên hoàn hảo. Trở thành niềm tự hào*	*Phát huy, hoàn thiện nhân cách*
Được giáo dục theo lối	*Nặng nề, cấm đoán, đe dọa, theo khuôn vàng thước ngọc*	*Tôn trọng ý kiến, sở thích cá nhân và không ép buộc quá mức*
Bị bắt buộc	*Nghe theo bố mẹ*	*Tự lập từ nhỏ*
Chứng tỏ bản thân	*Thoát ra khỏi sự kiểm soát của bố mẹ, thả sức tung hoành, dễ vô tình sa ngã*	*Thích làm những điều mới mẻ.*
Hệ quả — *Đối với gia đình*	*Ý chí cá nhân tan vỡ. Thụ động, rụt rè*	*Có chính kiến riêng, có cá tính, mạnh mẽ, độc lập về tư duy*
Hệ quả — *Đối với xã hội*	*Không có sáng kiến, ngại đột phá*	*Phát minh ra những cái mới*

Người phương Tây thường trọng kiến thức, trí tuệ và sáng tạo chứ không trọng kinh nghiệm như người Việt. Người phương Tây thường công nhận những sự gắng sức của con cái, khen những tấn tới dù là nhỏ nhất của con. Họ thường khuyến khích con cái, khi đó lỗi lầm gì cũng dễ sửa, việc khó khăn gì cũng dễ làm. Do đó, có biết bao người phương Tây đứng cao trên vũ đài thế giới, người Trung Quốc cũng có danh nhân nhưng thường nổi danh trong đất nước của họ còn người Việt Nam thì có quá ít danh nhân.

Điều tệ nhất là mỗi con người Việt thường quá trọng kinh nghiệm dạy con do người xưa để lại nhưng kinh nghiệm dễ trở thành lối mòn và là trở ngại cho sự thay đổi. Bên cạnh đó, người ta lại truyền miệng nhau tác dụng của cách dạy con này một cách vô căn cứ, khiến cả cha mẹ và con cái lầm tưởng mình đang đi đúng hướng và không hề muốn thay đổi để tiến bộ.

Do đó để bớt tự ti dân tộc hơn, sao bạn không thử xem qua ý kiến này của tôi : bắt đầu từ việc thay đổi cách dạy con, dùng nghệ thuật đắc nhân tâm để hướng dẫn con thay vì dùng roi vọt.

Sao người Việt ta không rút kinh nghiệm từ tôi, khát khao tìm đạo lý mới, thay vì theo lối mòn xưa. Sao người Việt ta không thử sức, vươn ra thế giới để biết hết khả năng tiềm ẩn của mình. Người tỏ ra nhát nhúa với thế giới vì đánh giá sai lầm, coi rẻ giá trị thực của mình. Xét theo nhiều phương diện, không phải họ tệ mà là do họ đánh giá không đúng giá trị của mình. Biểu hiện nhút nhát không phải biểu hiện của người khiêm tốn vì người khiêm tốn ý thức được bản thân và thể hiện đúng lúc. Trẻ em Việt Nam sinh ra rất háo hức thể hiện mình nhưng lối giáo dục cứ bắt con người ta yếm tài ẩn đức. Lối giáo dục này lợi chẳng thấy đâu, chỉ thấy giới trẻ Việt không tự tin khi thể hiện mình, thử sức trước những cái mới, lâu dần người Việt trở nên tự ti trước thế giới.

> ***Người Việt quá trọng kinh nghiệm, thích đi theo lối mòn có sẵn do người trên để lại nhưng kinh nghiệm dễ trở thành lối mòn và là trở ngại cho sự thay đổi, tiến bộ.***

Giới trẻ Việt Nam ngay từ nhỏ thường bị bố mẹ áp đặt, ép làm nhiều việc(học, ăn…) bất kể năng lực ra sao để biến con thành niềm "tự hào" và buộc con phải tuân lời người trên. Trẻ em Việt Nam hiện nay vì vậy mà có biểu hiện muốn thoát ra khỏi sự kiểm soát của bố mẹ, thả sức tung hoành, bất tuân quy tắc, bất tuân chuẩn mực đạo đức, dễ vô tình sa ngã, và lâu dần khi lớn lên có thể muốn đạt mục đích bằng những con đường phi chính thống. Đây là một phần nguyên nhân của sự hư hỏng của giới trẻ Việt Nam và là tiền đề cho sự hư hỏng trong xã hội Việt Nam. Cũng do bị kìm hãm và áp chế ngay từ rất nhỏ, mỗi con người Việt thường ngại đột phá trong nhiều lĩnh vực, ít khi có sáng kiến và sợ nhiều thứ. Người Việt đã nghèo, cộng với sự ngại đột phá, ít sáng kiến thêm vào đó là sự hư hỏng tồn tại ngay từ nhỏ nên cái nghèo luôn đeo bám họ.

Ở các nước phát triển, người ta đòi hỏi con phải tự lập từ nhỏ, tôn trọng ý kiến, sở thích cá nhân của con và không ép buộc con quá mức. Nhờ vậy con người ở các nước phát triển thích làm điều mới mẻ, tìm tòi những phát minh đáng giá và dám thử những điều chưa biết. Ở các nước này cũng có nhiều người nghèo, tuy nhiên người ta không hư hỏng, có sáng kiến và dám thử. Do đó họ có thể thoát khỏi cái nghèo. Xã hội nhờ vậy luôn đi lên.

Người Việt vẫn còn tâm lý ỷ lại, sợ khó, sợ khổ. Trong ý thức, người Việt luôn muốn đi lên, sánh ngang với các dân tộc khác nhưng trong vô thức người Việt lại muốn sống hòa hợp với tự nhiên,

với hoàn cảnh, không muốn đi lên, không muốn chinh phục hoàn cảnh, môi trường sống. Nhìn những dân tộc khác năng động đi lên, chúng ta tự ti nghĩ mình không bằng ai. Sự tự ti khiến người Việt phiền não. Phiền não làm sói mòn ý muốn sánh ngang với các dân tộc của người Việt chúng ta. **Đây là nguyên nhân chính của mọi thất bại.**

Sao người Việt không thách thức những điều đã biết, những gì đang có và mở rộng những điều chưa biết, những cái mới. Một trong những đặc trưng tệ nhất của con người Việt thường mù quáng chấp nhận những điều đã biết, khép kín trong những điều mình đang có, tỏ thái độ rụt rè, không cởi mở thậm chí chống lại những thứ mới. Thật ra, tại sao người Việt ta không làm điều ngược lại. Để chinh phục được những cái mới thực ra dễ lắm.

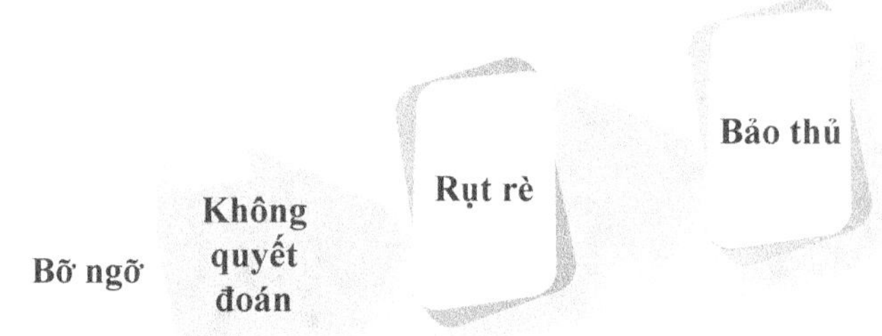

Một người mang tư chất của một thư sinh, anh ta mới chỉ "dám nghĩ", tức là có đầu óc, biết suy tư chứ chưa có dũng khí thực sự. Một tay hào kiệt có thêm yếu tố "dám làm" nghĩa là sau khi đắn đo, suy nghĩ, anh ta quyết định khắc phục trở lực để đạt tới đích. Tuy nhiên, sức lực của con người ta có thể có hạn mà khó khăn đôi khi lại vô hạn, nên không phải bao giờ chúng ta cũng thành công. Dù trường hợp nào, thành công hay thất bại, bậc đại trượng phu thường có thái độ "dám nhận", nhận đắng cay và trách nhiệm về phần mình. Sao người Việt chúng ta không luyện tư chất của một thư sinh, một tay hào kiệt và bậc đại trượng phu. Chữ "dám" là biểu hiện của đức can đảm và rất cần trong xã hội kinh tế thị trường. Ba yếu tố trên gắn liền với nhau tạo thành dũng khí thực sự. Nhờ đó ta không bị dày vò bởi sự hối hận, tiếc nuối, những tâm trạng gây tác hại rất lớn cho đức can đảm.

Trước những cái mới của thế giới ta thường có hai phản ứng, bỡ ngỡ và háo hức luôn đan xen nhau. Người Việt Nam không phải là không háo hức nhưng vì tâm lý "không muốn chinh phục tự nhiên, chinh phục thế giới, không muốn thay đổi" trong vô thức người Việt nên sự bỡ ngỡ có phần lấn lướt. Khi đó người ta hành

động một cách không quyết đoán, sự bỡ ngỡ dần dần biến thành sự rụt rè. Con người sợ sệt không dám tiến tới nhưng hoàn cảnh bên ngoài không cho con người ta thoái lui. Do đó người ta sẽ hành động một cách chậm chạp, bảo thủ, bị hoàn cảnh chi phối và ít khi vươn đến thành công.

Sao người Việt ta không quyết đoán một chút, chúng ta sẽ phát hiện ra nhiều điều mới mẻ cả trong bản thân mình lẫn thế giới xung quanh, sự háo hức lớn dần biến thành khao khát chinh phục, con người sẽ muốn chinh phục khó khăn, chinh phục mục tiêu, khám phá những điều chưa biết, tìm những hiểu biết mới. Trong quá trình chinh phục ta sẽ bắt đầu am hiểu về những gì mình đang làm, biết được phương pháp để đạt được mục tiêu, từ đó quen dần với chúng. Một khi đã bắt đầu quen dần, chúng ta sẽ thích nghi với những cái mới, làm chủ tình hình.

Luyện tinh thần mạo hiểm là điều nên làm, để làm quen với thử thách và tìm cách ứng phó. Nếu bạn muốn dạn dày nắng mưa, bạn có nên quản nắng mưa hay không. Nếu bạn muốn dày dặn với thế giới, bạn có nên ngại thế giới hay không. Nhờ sự trui rèn trong thực tế phản ứng của ta mới bén nhạy, sự chịu đựng của ta mới ngoan cường và mới có được giải pháp táo bạo chế phục ngoại cảnh hay đam mê. Một người Việt quyết tâm từ bỏ tình trạng quán tính, tập tục của người Việt vươn ra thế giới là người đáng kính phục. Bạn bắt đầu tôi luyện ý chí đi, bạn chính là con người đáng kính phục đấy!

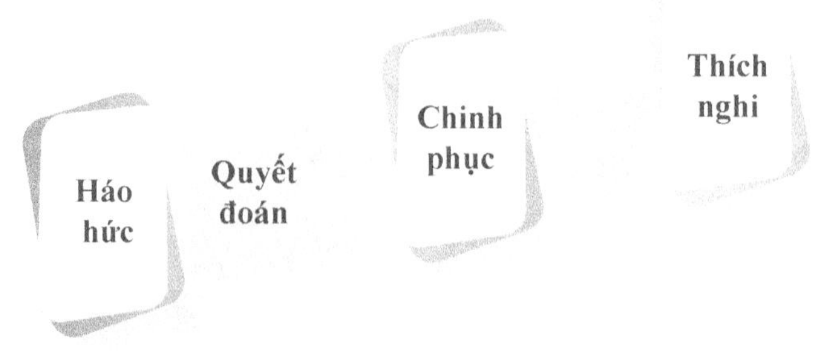

B — CÓ NÊN KHINH VIỆC NHỎ, KHÔNG THÍCH VIỆC BÌNH THƯỜNG HAY KHÔNG.

Trong thế vận hội Olympic cổ ở Hy Lạp, các vận động viên đều đóng khố chứ không được mặc quần. Trong một cuộc thi chạy ngắn, một vận động viên trong quá trình chạy đã bị tụt khố ra. Anh ta chạy trong trạng thái không mặc quần áo. Khán giả đều cười anh ta. Tuy nhiên anh ta đâu có nhẹ dạ và dễ bị tác động như vậy, vẫn cố gắng chạy đến đích. Thậm chí khi không mặc khố, cơ thể anh ta nhẹ hơn, anh ta có thể về đích nhanh hơn. Anh ta đã và giành huy chương vàng cuộc thi đó. Nếu anh ta vì sĩ diện và cái tôi trước mắt, quay lại nhặt khố thì anh ta đã uổng công sức mấy năm rèn luyện. Khi đó, tinh thần sẽ đi xuống do vết nhơ này, và kéo theo sự nghiệp đi xuống. Nếu anh ta ngầm tự cao, anh ta sẽ xấu hổ và bỏ thi Olympic vĩnh viễn, sự nghiệp coi như chấm hết. Anh ta biết chiến thắng tính sĩ diện nhỏ trước mắt để lấy cái sự nghiệp to lớn, lâu dài. Những vận động viên Olympic cổ sau đó cũng không mặc quần áo giống anh ta khi thi đấu. Anh ta từ chỗ là trò cười cho người xung quanh trở thành tấm gương cho họ.

Tổng thống mỹ Bush, cũng gạt bỏ sĩ diện và cái tôi trước mắt sang một bên, bán hàng đa cấp cho công ty Amway. Người ta luôn lầm tưởng người đời cười cợt mình nếu mình làm việc nhỏ, việc bình thường, việc chân lắm tay bùn nên đâm ra tính sĩ diện. Thời hiện đại, tính sĩ diện hão lợi chẳng thấy đâu chỉ thấy nó cản trở con người trên bước đường trưởng thành, làm giàu và khẳng định mình trong nền kinh tế thị trường. Miễn sao không thẹn với lòng, khi con người ta chiến thắng tính sĩ diện và cái tôi trước mắt, con người ta đã vượt hơn người xung quanh một bậc về nhận thức và nhân cách. Thậm chí khi đó, con người ta sẽ nhẹ nhàng, tự do, thanh thoát, thoải mái và có khả năng làm mọi việc để khẳng định mình và làm giàu.

Trong xã hội Việt, con người (**ví như tôi chẳng hạn**) thường nhẹ dạ và dễ bị tác động bởi người xung quanh nên luôn lầm tưởng người đời cười cợt mình nếu mình làm việc nhỏ, việc bình thường, việc chân lắm tay bùn và đâm ra tâm lý sĩ diện. Chính vì lầm tưởng người đời cười cợt mình nếu mình làm việc nhỏ, việc bình thường, việc chân lắm tay bùn nên người ta khinh việc nhỏ, ghét việc bình thường, và chưa thể mưu cầu đại sự. Đúng là trong xã hội Việt, người Việt cũng hay có thói quen "nhìn danh để định người", đánh giá người khác bằng công việc họ đang làm, dò xét bạn khi bạn làm việc chân lắm tay bùn. Tuy nhiên họ sẽ nhanh chóng trở nên sáng suốt, thay đổi thái độ đối với bạn vì họ cũng lầm tưởng người đời cười cợt họ khi họ làm việc chân lắm tay bùn. Nếu thấy bạn không ngại khi làm những việc đó, sự giác ngộ và niềm tin này sẽ nhanh chóng truyền nhiễm sang họ. Họ sẽ nhanh chóng trở nên sáng suốt và nhận ra không có gì đáng cười cả. Họ sẽ thay đổi và bắt chước bạn.

Con người ta chưa khám phá ra rằng để làm được việc lớn con người ta thường bắt đầu từ những công việc nhỏ. Người có chí lớn nghĩ rằng, bây giờ nhẫn nhục làm chuyện nhỏ sau này làm được việc lớn, danh dự của mình sẽ được khôi phục, thậm chí người ta còn khâm phục mình vì ngày trước mình làm chuyện nhỏ, bấy giờ mình làm được chuyện lớn như vậy. Người làm chuyện lớn, ngay từ đầu họ thường làm để học, để trưởng thành chứ không làm để kiếm tiền. Còn người không có chí lớn thường mang trong mình mặc cảm không bằng ai nên họ tránh làm việc nhỏ để khỏi bị coi thường.

Một bộ phận người Việt (**ví như tôi chẳng hạn**) thông minh có tính ngầm tự cao, nghĩ mình là trung tâm, nên chỉ thích việc sạch sẽ, nhàn hạ, không thích việc chân lắm tay bùn.

Chính vì sự nhẹ dạ và dễ bị tác động bởi người xung quanh nên người Việt (ví như tôi chẳng hạn) sinh ra tâm lý VÌ SĨ DIỆN khiến người ta thường khinh việc nhỏ, ghét việc bình thường và không bao giờ giàu lên nổi. Bên cạnh đó, mỗi người Việt thông minh thường có tính NGẦM TỰ CAO và khiến người Việt nghĩ mình là trung tâm, có thói quen nhìn danh định người và ngại việc lớn(người tự cao thường sợ sai, sợ thất bại). Nếu chúng ta không để người xung quanh tác động, vượt qua tính sĩ diện trước mắt, tính ngầm tự cao để lập nghiệp, từ chỗ là trò cười, đề tài bàn tán của họ, ta có thể trở thành tấm gương cho họ cũng không biết chừng.

VIỆC LÀM 2 ĐỪNG NÊN NÓI ĐƯỢC CÁI MIỆNG

Để nói về điều này, chúng ta hãy xem cách đặt slogan của các doanh nghiệp Việt

Ví như tôi chẳng hạn, người Việt nói hay hơn làm, giỏi nói hơn giỏi làm, giỏi đặt mục tiêu hơn hành động. Ở đây, tôi nêu ra một ví dụ về khả năng giỏi nói của người Việt.

Người Việt rất giỏi nói, giỏi dùng lối chơi chữ, chứ không giỏi làm, từ cá nhân cho đến tập thể. Sao bạn không thử xem qua một ví dụ, các câu slogan của các doanh nghiệp Việt. Doanh nghiệp Việt Nam thường có những câu slogan rất ấn tượng. Nó sử dụng lối chơi chữ rất hay, độc đáo, đặc trưng của văn hóa Việt, tuy nhiên những câu slogan này chỉ mang tính biểu diễn hơn là mang tính truyền động lực.

"Khác biệt ưu Việt", đó là câu slogan của một công ty dạy tiếng Anh do tôi từng thành lập. Câu slogan này thể hiện lối chơi chữ rất độc đáo. Bạn có thể thấy chữ Việt ở cuối câu vừa thể hiện sự ưu việt của công ty vừa thể hiện cái ưu của người Việt. Tuy nhiên công ty này có sản phẩm là dạy tiếng Anh. Sản phẩm này quá bình thường, ở đâu cũng có, từ trường học cho đến trường đại học và kể cả các trung tâm dạy tiếng Anh. Nó chưa có gì là khác biệt cả. Nó chỉ thể hiện cái ưu của người Việt khi công ty đem sản phẩm đó ra cạnh tranh với các doanh nghiệp khác ở nước ngoài. Tuy nhiên công ty chưa hề có chi nhánh ở nước ngoài. Do vậy chưa thể nói là ưu Việt được. Câu khẩu hiệu do tôi ngẫu hứng đặt ra này mang tính văn chương hơn là mang tính thương mại, mang tính biểu diễn hơn mang tính truyền động lực.

Hãy nhìn cách đặt slogan của các công ty lớn trên thế giới và xem cách họ truyền động lực. Bạn sẽ thấy không hề có sự chơi chữ trong cách đặt của họ:

Nike: "Just Do It" Ý Nghĩa: Khuyến khích người tiêu dùng hành động, vượt qua giới hạn và đạt được mục tiêu

Apple: "Think Different" Ý Nghĩa: Khuyến khích sự sáng tạo, tư duy đột phá và cái nhìn khác biệt đối với công nghệ.

Adidas: "Impossible is Nothing" Ý Nghĩa: Khuyến khích sự tự tin và lòng kiên nhẫn, cho thấy mọi thứ đều có thể đạt được nếu chúng ta cố gắng.

Toyota: "Let's Go Places" Ý Nghĩa: Tạo ấn tượng về sự khám phá và sự mở rộng của thế giới, đồng thời thúc đẩy sự hứng khởi và sự muốn đi xa hơn.

L'Oréal: "Because You're Worth It" Ý Nghĩa: Tôn trọng và tôn vinh giá trị cá nhân của mỗi người phụ nữ, khuyến khích họ chăm sóc bản thân mình.

Còn các câu slogan của một số doanh nghiệp Việt Nam rất độc đáo nhưng nó thể hiện tâm lý ảo tưởng vĩ cuồng khi đánh giá về mình, (giống như tôi chẳng hạn), muốn có vỏ bọc đẹp đẽ bên ngoài để che đậy cái thực còn yếu bên trong. Sao bạn không thử xem qua chương bảy để biết cách gia tăng thực lực.

Tôi từng biết câu slogan của trang mạng luyện thi đại học. Công ty này có câu slogan là: chúng tôi luôn đồng hành cùng bạn. Câu khẩu hiệu này không thể hiện lối chơi chữ nào cả, tuy nhiên nó đánh vào tâm lý hồi hộp, lo lắng của mỗi sĩ tử. Khi xem qua câu slogan trên, sĩ tử như cảm thấy mình được đồng cảm, rằng có người đồng hành, chia sẻ nỗi lo. Câu khẩu hiệu này mang tính thương mại, mang tính truyền động lực cho khách hàng. Khách hàng cảm thấy yên tâm khi vào trang mạng này.

Bản chất của việc đặt slogan là đánh vào tâm lý, đánh vào điểm nhạy cảm, vào ham muốn của khách hàng để khách hàng mua sản phẩm của bạn, vậy mà khi đặt câu slogan cho mình, người Việt thường sử dụng lối chơi chữ cũng như đặt những câu cho hay, độc đáo để thể hiện mình.

> **Thực ra phải nói cho thật đúng thì nhiều công ty trên thế giới khi đặt câu slogan hay quảng cáo ít nhiều đều nói quá về công ty mình. Nhưng ở Việt Nam, người ta nâng tầm việc làm này lên thành một "nghệ thuật": nghệ thuật giỏi nói hơn giỏi làm. Đến mức người ta áp dụng nghệ thuật này trong nhiều lĩnh vực.**

VIỆC LÀM 3 CÓ NÊN KHÔNG ĐÓI CŨNG ĂN VỤNG, KHÔNG TÚNG CŨNG LÀM CÀN HAY KHÔNG.

Có một người bạn Nhật Bản của tôi nói với tôi rằng tôi cũng như người dân Việt Nam muôn đời nghèo vì tư duy luôn bó hẹp vào tiền bạc. Anh ta nói tôi cũng như mỗi con người Việt thường có tư duy bó hẹp vào tiền bạc, dễ bốc đồng, dễ thay đổi, dễ bị kích thích bởi lợi lộc. Vì vậy con người ta có thói quen "không đói cũng ăn vụng, không túng cũng làm càn". Anh ta dẫn chứng:

Lực lượng thực thi giao thông tại một quốc gia, với một mức lương như vậy thì được coi là khá giả. Trong một khoảng thời gian trước đây, một bộ phận công an sau khi bắt người vi phạm luật, thay vì lập biên bản, phạt tiền giam xe thì lại ăn vụng tiền của người vi phạm. Người công an này, dễ bốc đồng, dễ thay đổi bản chất của một công an và dễ bị kích thích bởi tiền bạc. Hành vi này bị xã hội lên án vì ngay cả người thi hành luật pháp vẫn có những hành động như vậy. Hành vi này làm cho người dân coi thường công an, người thi hành pháp luật.

Trên đường tham gia giao thông vẫn có một bộ phận người dân vượt đèn đỏ mặc dù người ta không gấp gáp. Những con người này dễ bốc đồng, dễ thay đổi hành vi, dễ bị kích thích bởi những lý do không đáng. Người ta muốn tiến nhanh đến đích bất chấp sinh mạng của mình và người khác. Ngay cả khi hoàn cảnh bức bách người ta cũng không nên coi thường sinh mạng của mình như vậy chứ đừng nói chi là lúc hoàn cảnh chưa bức bách. Nói chung người ta làm càng mà không hề nghĩ đến hậu quả cho chính mình và cho người xung quanh.

Việt Nam chắc là một trong những quốc gia có nhiều vụ án mạng đau lòng với những lí do hết sức lãng xẹt có nguồn gốc từ sự làm càng này: nẹt pô, nhìn đểu, chê uống rượu yếu, nhậu nhưng hùn tiền ít…

Giáo viên ngày trước là bộ phận được nhiều người coi trọng. Ngày nay một bộ phận không nhỏ giáo viên lương một tháng mấy triệu. Họ không hề túng thiếu nhưng vẫn tìm cách dạy thêm để kiếm thêm thu nhập. Điều đáng nói là để lôi kéo học sinh đi học, giáo viên thường cắt xén bớt kiến thức trên giảngđường, dạy qua loa không kỹ càng để học sinh đi học thêm và được chỉ dẫn kỹ càng hơn. Nhiều giáo viên còn đưa trước bài kiểm tra cho học sinh để học sinh xem trước để khi lên lớp làm bài kiểm tra được điểm cao hơn. Khi chấm bài kiểm tra giáo viên còn nâng điểm cho học sinh đi học thêm, những học sinh không đi học thêm thường bị giáo viên đó chèn ép về điểm số.Những giáo viên này dễ bốc đồng, dễ thay đổi bản chất của một nhà giáo, dễ bị kích thích bởi tiền bạc. Nhiều học sinh vì sợ giáo viên chèn ép nên mới miễn cưỡng đi học thêm.

Học sinh Việt Nam một bộ phận học trung bình thì thường tìm cách đi học thêm để được thầy cô nâng điểm hoặc tìm cách gian lận trong kiểm tra để được điểm như ý. Tuy nhiên một bộ phận học sinh giỏi, đủ điều kiện đạt điểm cao vẫn đi học thêm để lấy lòng thầy cô. Bộ phận học sinh giỏi này trong trường hợp cần thiết vẫn chép tài liệu, copy bài trong thi cử cốt để đạt điểm cao. Mục đích chính của học sinh Việt là đạt điểm cao chứ không phải là kiến thức uyên thâm. Những học sinh này tuy học giỏi nhưng dễ bốc đồng, dễ thay đổi bản chất của một học sinh giỏi, dễ bị kích thích bởi thành tích. Đây là thực trạng chung của giáo dục Việt.

Ở Việt Nam những sản phẩm trí tuệ như phần mềm, đĩa mềm, đĩa phim lậu được bán tràn lan công khai. Người làm ra những sản phẩm lậu này có thể nói là rất giỏi về công nghệ thông tin nhưng họ không dùng cái giỏi này để tạo ra những sản phẩm công nghệ cao mà lại làm ra những sản phẩm lậu. Điều này có thể nói người Việt Nam cho dù trình độ vẫn ưa làm càn để kiếm vài đồng bạc lẻ. Những con người này dễ bốc đồng, dễ thay đổi bản chất, dễ bị kích thích bởi những lợi lộc kiếm được bằng những đường phi chính thống.

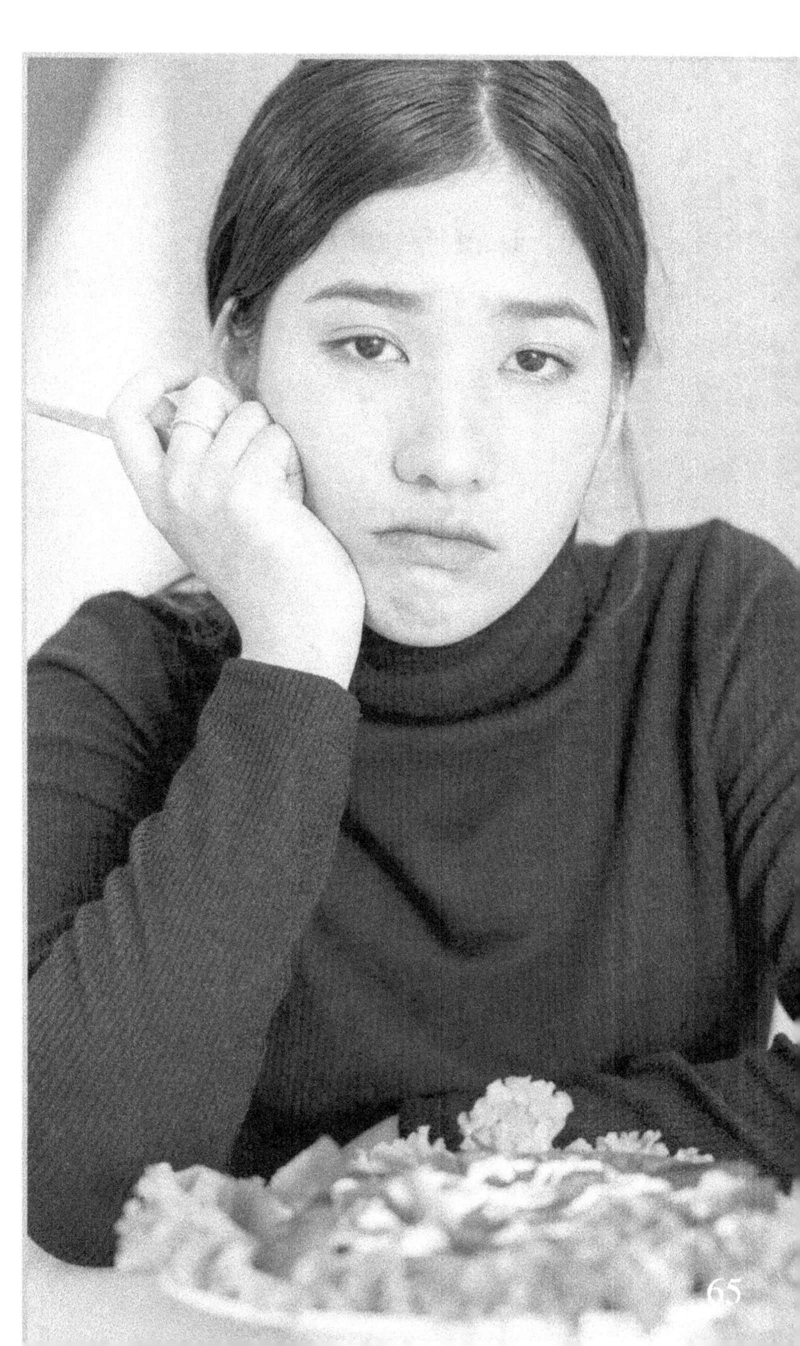

Chỉ những con người bạc nhược và không coi trọng sự cần cù, thông minh mới không biết làm sao để tạo dựng cơ sở làm ăn và có những thói quen, hành động như thế này. Người làm việc theo lối không ngay thẳng thì không bao giờ đạt mục tiêu và thành tựu cũng không bền vững. Người thiếu siêng năng thường không có tầm nhìn xa, không ý thức được tác hại việc mình làm, làm càng kiếm vài đồng vặt bất chấp lương tri.

Người Việt Nam thường rất trọng tình, nghĩa nhưng không quá coi trọng chữ tín. Một bộ phận người Việt sẵn sang làm càn bất chấp lí trí, đạo đức. Ở Nhật Bản, các quán rau, thịt ở không có ai trông coi vẫn không sợ bị người khác vào đánh cắp. Khi bạn đánh rơi một vật gì ở Nhật Bản thì bạn không bao giờ sợ mất vì người Nhật, người dân nói chung thật thà, ít khi tham những thứ nhỏ.

Tuy nhiên, riêng tôi, tôi cảm thấy người Việt đáng thương hơn đáng giận. Chính cái nghèo

đã bóp chết tố chất tốt đẹp, tư duy và tầm nhìn của con người. Do đó để làm giàu người Việt phải độc lập khỏi hoàn cảnh. Muốn có phương pháp làm giàu đúng đắn, chúng ta không cần phải tìm kiếm đâu xa, nó ở ngay trong tay, ngay dưới chân, ngay trong đầu chúng ta chứ đâu. Chỉ có điều sao bạn không chịu lấy chúng ra và biến chúng trở nên tuyệt vời.

KHÁC VỚI NGƯỜI NGHÈO

NGƯỜI VIỆT GIÀU THƯỜNG CÓ TƯ DUY THÔNG THOÁNG HƠN NGƯỜI VIỆT NGHÈO.

Người Việt giàu thường không để cái nghèo bó hẹp tư duy, nhận thức, tính cách của mình. Để có phương thức làm giàu đúng đắn, họ không để xã hội, cộng đồng bó hẹp tư duy, suy nghĩ. Để giàu có thực sự, họ không bó hẹp vào tiền bạc.

Sao chúng ta không noi gương mỗi con người Việt giàu, trước tiên sao bạn không luyện những đức tính tốt.

Suy nghĩ và hành động của người Việt chưa độc lập khỏi tập thể, số đông, vẫn phụ thuộc, gắn liền với tập thể cộng đồng. Khi suy nghĩ và hành động theo cộng đồng, tập thể mỗi người Việt cho phép mình hành động theo bản năng, điều mà khi suy nghĩ và hành động độc lập khỏi cộng đồng, tập thể người ta phải kiềm chế. ***Trong cộng đồng, tập thể người Việt, mỗi người Việt trở nên không tên, không tuổi, từ đó cảm giác chịu trách nhiệm, cái giữ cho cá nhân khỏi đi quá đà hoàn toàn biến mất***. Trong lối sống cộng đồng, những hành vi tốt được xem là biểu hiện của sự yếu đuối. Suy nghĩ và tình cảm của người Việt dễ bị kích hoạt và lây nhiễm bởi người có hành vi chưa tốt. Những hành vi chưa tốt thường lây lan khắp trong tập thể, số đông.

Người biết xấu hổ trước tiên là biết xấu hổ trước chính bản thân mình và là người có suy nghĩ và hành vi độc lập khỏi tập thể, số đông. Sau khi phạm lỗi lầm nếu con người ta không biết xấu hổ thì lỗi lầm đó sẽ tăng lên gấp đôi. Người không biết xấu hổ có thể làm bất cứ việc gì, sẵn sàng đi quá đà để đạt được điều họ muốn. Không biết xấu hổ trước lỗi lầm có thể làm con người ta trở nên xấu xa hơn, cá tính con người càng quay trở lại với con người nguyên thủy, với bản năng hơn. Biết xấu hổ xấu hổ sẽ khiến con người ta có suy nghĩ và cá tính độc lập, tạo ra một động lực cực kì mạnh mẽ giúp chúng ta giành lấy thành công, chiến thắng. Nó sẽ thúc đẩy những cái tốt đẹp bên trong con người ta, thúc đẩy khả năng xét đoán và ý chí của mỗi người, biến chúng ta làm những điều đúng.

Có người nghĩ rằng cảm giác xấu hổ sẽ làm cho con người ta bị tổn thương hoặc ghê tởm bản thân mình, do đó họ tránh cảm giác này. Tuy nhiên biết xấu hổ giúp người ta hình thành suy nghĩ và hành vi có ý thức, kích thích cá tính có ý thức, và cũng có ý thức điều chỉnh hành vi của mình, phù hợp với chuẩn mực đạo đức. Nó là biểu hiện của ý thức tự giác, xuất phát từ lương tâm giúp con người hoàn thiện nhân cách cao đẹp. Người biết xấu hổ là người có lòng tự trọng, can đảm đối mặt với sai lầm để thành công.

B SAO BẠN KHÔNG MẠNH MẼ TRONG CÁCH CƯ XỬ.

Một kẻ ăn cắp thường có cái nhìn vô tội với một thằng ăn cắp khác.

Người Việt thường có tính dễ dãi, không chống đến cùng những hiện tượng tiêu cực trong xã hội như phong bì, tai nạn giao thông dẫn đến việc sống chung với những hiện tượng này. Sự dễ dãi của tôi đã từng khiến tôi trở nên bạc nhược trước mọi cái xấu của xã hội. Sự dễ dãi trước những điều xấu chỉ làm tăng thêm những điều xấu. Xã hội trở nên tồi tệ không chỉ vì người xấu mà còn vì sự im lặng, dễ dãi của người tốt. Sự dễ dãi còn khuyến khích sự lười biếng bên trong con người. Nó làm cho người Việt ta ngần ngại, không dám đấu tranh để đạt đến sự tiến bộ.

Nếu con người ta sống một cách quá dễ dãi, cuộc đời này sẽ nghiêm khắc với họ. Rồi đây sự dễ dãi đó sẽ bằng cách nào đó quay ngược lại tác động xấu lại họ hoặc con cháu họ. Trong xã hội Việt có biết bao người tử vong do tai nạn giao thông, cam chịu bất công do tệ nạn phong bì, chấp nhận sử dụng hàng kém chất lượng. Trong nhiều trường hợp, người ta dễ dãi ban đầu và dẫn tới phải hối hận về sau nhưng cũng vì quá dễ dãi nên người ta không trách bản thân(

thôi dù sao cũng đã lỡ rồi), cuối cùng sự tệ hại vẫn kéo dài. Trong khi những người mạnh mẽ trông chờ vào chính mình thì do tính cách quá dễ dãi, người Việt ta chỉ có thể trông chờ vào may mắn để có được thứ mình muốn. Các dân tộc tiên tiến trên thế giới có thể có được xã hội hiện đại, văn minh còn chúng ta thì chỉ có thể dừng lại ở mong ước.

Sự mạnh mẽ của con người đến từ tinh thần độc lập, ý chí bất khuất, chinh phục và thay đổi hoàn cảnh. Để có được cuộc sống tốt chúng ta cần có cá tính độc lập, ý chí mạnh mẽ hay cần sự dễ dãi và làm việc nửa vời. Tôi nghĩ bạn sẽ trả lời là không có thành tựu nào đạt được bằng sự khoan dung, dễ dãi cả. Chỉ có tinh thần độc lập, và sự mạnh mẽ mới là chìa khóa để đạt được mọi điều, giúp chúng ta vượt qua mọi sự nặng nhọc còn sự dễ dãi và tâm lý cộng đồng chỉ làm cho con người ta đầu hàng, buông suôi trước khó khăn. Người mạnh mẽ luôn vững tâm, không bao giờ bỏ cuộc trong những tình huống xấu nhất, còn người dễ dãi thường ỷ lại vào cộng đồng, có tâm lý "anh sao tôi vậy", bỏ cuộc ngay khi gặp chút khó khăn.

"BAO DUNG VỚI CÁI XẤU LÀ SỰ ĐỒNG TÌNH VỚI NÓ".

HOÀNG ĐẾ NAPOLEON

VIỆC LÀM 4 CHÚNG TA CÓ NÊN CHE GIẤU TẬT XẤU, THỰC TRẠNG CỦA CHÍNH MÌNH HAY KHÔNG.

1 Nói đến người Việt nghìn đời nay người ta thường nói đến thực trạng đáng buồn từ vua cho đến dân.

Tài trí của người Việt trong việc đánh giặc là rất cao. Nhiều vị vua Việt đã từng đánh thắng giặc phương Bắc. Tuy nhiên ít ai biết rằng nhiều vua Việt Nam chủ động cầu cạnh, xưng thần trước vua Trung Quốc, cho sứ sang cầu xin một chức quan cho mình, thậm chí cả vua Quang Trung. Người ta tuyên truyền đây là khổ nhục kế, nhưng trong cốt lõi của khổ nhục kế, chúng ta chịu thiệt thòi thời gian đầu trước đối thủ sau đó dành chiến thắng, trả thù rửa hận còn đối với các vua Việt, không ai nghĩ đến việc xâm lược Trung Quốc để trả thù rửa hận cả. Các vua Việt hi sinh danh dự, quốc thể để cầu mong sự hòa bình. Người ta tuyên truyền những điều không đúng, thỏa hiệp với những cái sai nhằm lừa dối chính mình. Nó làm người Việt thậm chí không hề cảm thấy nhục nhã khi cúi đầu xưng thần trước người phương Bắc. Cái tên Việt Nam chúng ta đang mang hiện nay là nhờ vua Nguyễn cho sứ sang xin phép vua phương bắc để chúng ta đổi tên. Chỉ có dưới thời đại Hồ Chí Minh, chúng ta mới hoàn toàn độc lập, giao thiệp với phương tây, giải phóng Campuchia khỏi Pôn Pốt mà không cần xin phép ai.

Các vua Việt nghìn đời nay anh dũng trong chiến tranh nhưng thường mang tâm lý cầu mong sự an nhàn, quá bị động, sợ sệt trước những cái mới trong thời bình. Tâm lý này lâu dần trở thành thái độ bảo thủ, thiếu quyết đoán. Các vua Việt thường không có tầm nhìn xa cam chịu số phận nước nghèo, nhút nhát và chịu lép vế trước các nước lớn. Nước Việt Nam nghìn đời nay vẫn trì trệ. Những điều này ai cũng biết nhưng ít ai chịu thừa nhận.

Thời nhà nguyễn, nguyễn trường tộ dâng lên vua ba bản canh tân đất nước: Tế Cấp Luận, Giáo Môn Luận, Thiên Hạ Phân Hợp Đại Thế Luận. trong đó tế cập luận là quan trọng nhất, nguyễn trường tộ đã thâu tóm trí tuệ của thiên hạ trong vòng 500 năm, nếu đem ra thực hành hàng trăm năm cũng không hết. tiếp đó ông còn dâng nhiều bản bao gồm tâm huyết của ông về cải cách kinh tế, quân sự, đưa đất nước thoát khỏi tình trạng nông nghiệp lạc hậu. Nguyễn Trường Tộ đã đi trước thời đại, tầm hiểu biết của ông vượt xa các bậc tri thức nho sĩ đương thời

Song rất tiếc các dòng tâm huyết của ông lại không được chấp nhận bởi vua Nguyễn. Vua Nguyễn thời bấy giờ rất nhút nhát, sợ cải cách, sợ những cái mới. Vua Việt Nam ngày xưa là vậy, cam chịu sự bất công, thù ghét sự thay đổi, do đó thà cam chịu số phận nước nghèo chứ không làm gì để đưa đất nước trở nên giàu mạnh. Nước Việt Nam thời đó phát triển một cách trì trệ, chậm chạp. Đất nước không được đổi mới, canh tân nên trở nên yếu, trở thành thuộc địa của Pháp.

Ngày nay, người Việt vẫn chứng nào tật nấy, vẫn cầu cạnh các dân tộc khác thay vì tự mình giải quyết vấn đề của mình. Khi đội tuyển bóng đá nam Việt Nam để thua trên khắp các mặt trận nhiều năm về trước, LĐBĐ Việt Nam đi cầu cạnh LĐBĐ Nhật Bản nhưng rất bảo thủ trong việc cải cách nền bóng đá trẻ. Khi Trung Quốc đặt giàn khoan trái phép ở biển Việt Nam, đa số người dân Việt muốn Việt Nam là đồng minh của Mỹ. Hành động này mang tính cầu cạnh, hạ mình. Tôi tự hỏi quốc thể của ta để đâu, danh dự của ta để đâu mà đi cầu cạnh như vậy.

Tuy nhiên còn có một điều đáng buồn hơn nữa là những thực trạng này mỗi con người Việt đâu có ai nhận ra. Họ thường sợ khi phải nói về thực trạng của chính mình, họ che giấu, dối mình. Người Việt thường yếu đuối, tạo cho mình một vỏ bọc, và mang tâm lý ảo tưởng vĩ cuồng khi đánh giá về những gì mình đang có, về phẩm chất của mình. Trong phong cách sống của mỗi con người Việt vốn là: tự ti trong lòng, tự tôn ngoài miệng. Lòng tự tôn dân tộc cũng chỉ tồn tại trong lời nói và trong ảo tưởng chứ không hề có trong **hành động.**

Khi người Việt cầu cạnh các dân tộc khác thì khi đó khả năng xét đoán và ý chí của người Việt chúng ta biến mất, chúng ta không thể khám phá ra khả năng tiềm ẩn của ta. Khi người Việt chúng ta cầu cạnh các dân tộc khác thì tức là chúng ta sẽ không ý thức được cái xấu, cái chưa tốt của dân tộc mình. Khi người Việt chúng ta cầu cạnh các dân tộc khác thì tức là chúng ta đang bảo thủ trong việc chỉnh sửa chính mình. Khi đó chúng ta mất đi tinh thần trách nhiệm với chính mình, và đang hình thành tâm lý ỷ lại, bạc nhược. Khi người Việt chúng ta cầu cạnh các dân tộc khác thì chúng ta đang tự làm suy giảm khả năng tư duy của chính mình. Khi đó chúng ta chỉ tiếp nhận những cái tầm thường chứ không tiếp nhận những cái trí tuệ, những cái lớn lao của các dân tộc khác.

Người Việt ít có nhu cầu phản tỉnh, thường quanh co bịa ra lý do để chống chế vì thế càng khiến sai lầm, thói xấu nhiễm sâu hơn vào đời sống xã hội.

Sao chúng ta không thành thật với chính mình, can đảm thừa nhận nhược điểm của mình, tìm cách sửa đổi nó và từ đó khám phá ra những khả năng tiềm tàng của mình. Khi người ta khám phá ra khả năng tiềm tàng của mình, họ mới thành công được. Để làm được như vậy, sao bạn không làm theo điều sau.

A CAN ĐẢM NHÌN THẲNG VÀO THỰC TRẠNG CỦA MÌNH

Người Việt vẫn thường độc đoán, bảo thủ, không khoan dung với những cái tiên tiến, tiến bộ. Nếu có học, họ chỉ tiếp thu bề nổi, đi theo cái mới một cách nông nổi, dễ dãi, vị lợi, giỏi bắt chước nhưng không giỏi sáng tạo, giỏi thích nghi nhưng không giỏi cải tiến.

Họ vẫn để những cái tật xấu tồn tại trong mỗi con người trong xã hội. Người Việt thường lừa dối và thường ảo tưởng vĩ cuồng về dân tộc của mình, những gì mình đang có, tuy nhiên ít ai nhận ra điều này. Người Việt chúng ta có nên lừa dối chính mình, ngại ngùng khi nói về thói xấu của mình hay không.

Trong xã hội ngày nay luôn có không ít người lừa lọc, dối trá nhưng ca dao Việt xưa nay luôn nói: đói cho sạch, rách cho thơm. Người ta bảo nhau phải thật thà rồi lại ngầm hiểu: thật thà là cha đứa dại. Người ta khuyên nhau: có chí thì nên, phải kiên trì, bền chí khi làm việc nhưng trong làm việc, người ta lại tìm cách nhanh nhất để đi đến đích vì bệnh thành tích. Đâu đâu người ta cũng hiểu rằng: nói vậy chứ không phải vậy. Người ta luôn nêu ra những khẩu hiệu tốt nhưng những khẩu hiệu đó chỉ mang tính chất biểu diễn hơn là mang tính khuyên răn. Sự hư hỏng của con người vẫn tồn tại núp sau cái bóng những khẩu hiệu đó. Cái nghèo đã bó hẹp tư duy, nhận thức, tính cách của con người.

Làm ăn kém  **Nghèo**  **Xấu tính**

Người Việt lại có thói quen gán những ý nghĩa lớn lao cho những công việc bình thường, tâng bốc những con người chưa hẳn đã có trí tuệ, phẩm chất vượt trội, phong tặng những từ ngữ cao đẹp cho những đồ vật chưa đạt đến tầm tuyệt tác. Lâu dần người ta bắt đầu tin vào những điều thiếu thực tế đó.

Người Việt thường không muốn nói về tật xấu, thực trạng của chính mình. Họ lừa dối chính mình và sẽ không bao giờ nhận ra sự thật thực sự, do đó không làm gì để cải thiện tình trạng và thường tránh đương đầu với sự thực. Lừa dối bản thân xuất phát từ mặc cảm, muốn lấy cái mã bên ngoài che đậy sự trống rỗng bên trong. Lừa dối chính mình là quá trình phủ nhận hay hợp lý hóa những suy nghĩ, hành động không nên, những nhược điểm của chúng ta. Dân tộc Việt Nam thường quanh co bịa ra lý do để chống chế lại người cảnh tỉnh mình. Lừa gạt chính mình là thuyết phục bản thân, trong nhiều trường hợp người ta sẽ không ý thức được rằng họ đang lừa dối chính mình. Người lừa dối bản thân là người thụ động, bạc nhược. Họ chọn cách lừa dối chính mình thay vì làm điều gì đó để cải thiện sự thực.

B   THAY ĐỔI ÓC HƯ DANH, TÂM LÝ ẢO TƯỞNG VĨ CUỒNG, THÓI QUEN LÀM BỘ KHEN NHAU

Trong xã hội Việt, trong lời nói cửa miệng người Việt thường khen nhau hơn là thẳng thắn phê bình nhau. Người ta sống như đang diễn kịch, làm bộ làm tịch khen nhau. Lâu dần người Việt ta mang tâm lý ảo tưởng vĩ cuồng về những gì mình đang có. Trong ca dao, trong lời nói, trong các phương tiện truyền thông, người ta chỉ ưa khen, thậm chí nói quá sự thật nhằm mục đích làm vừa lòng nhau. Những lời khen theo kiểu làm bộ như vậy giống như mật ngọt dùng một ít thì không sao, dùng thường xuyên thì sẽ làm người ta ảo tưởng. Nó làm ta mê muội, có hại với nhân cách của người chân chính, làm cho chúng ta sống trong giả tạo, trong tâm lý ảo tưởng vĩ cuồng. Người được nghe khen, tân bốc thì nghĩ rằng họ không mất gì, lại ưa nghe lời ngon ngọt, ca tụng mình, say xưa sống trong cảm giác được ca ngợi.

Thói xấu này làm cho người khen mất hết bản lĩnh, còn người được khen không đánh giá đúng bản thân, đâm ra tâm lý nghĩ mình là trung tâm, chủ quan, đi sai hướng. Phàm sự vật, sự việc gì của người khác, của cộng đồng, dân tộc cũng khen hay, trái lại đây là một kiểu thái độ vô trách nhiệm. Những lời nói với tinh thần trách nhiệm cao, vận dụng thông minh nghệ thuật **đắc nhân tâm,** xuất phát từ sự tin tưởng lẫn nhau, những lời phê bình được vận dụng thông minh nghệ thuật đắc nhân tâm, và có tính chất xây dựng thường tốt hơn những lời nịnh hót để làm vừa lòng nhau.

Dân Việt thường nặng óc hư danh, mang tâm lý vĩ cuồng khi nhìn nhận về bản thân, dân tộc mình, muốn được khen hơn là nghe những lời chê. Thậm chí những lời chê hợp lý, người Việt cũng thấy khó nghe. Điều này là biểu hiện của tính **KIÊU NGẠO** NGẦM. Người kiêu ngạo thường không bao giờ nghe lời chê, nghe lời khuyên dù lời chê, lời khuyên đó là hợp lý. Người Việt rất khôn khéo trong cách cư xử và luôn hiểu được rằng : “sự thành công của họ, danh vọng tiền của của họ phần lớn đều do sự khôn khéo trong khi giao thiệp với người mà có”. Tuy nhiên, có lẽ họ chưa quan tâm đến nghệ thuật đắc nhân tâm để tạo thành công lớn hơn. Văn hóa khiêm tốn đã ăn sâu vào vô thức của mỗi người Việt. Nhưng khiêm tốn giả tạo này chỉ khiến người ta bạc nhược chứ không khiến người ta tự tin. Chỉ có văn hóa đắc nhân tâm mới khiến người ta tự tin. Người kiêu ngạo và thiếu khôn ngoan cũng không bao giờ biết vận dụng nghệ thuật đắc nhân tâm vì họ luôn đề cao họ.

Chương 3:
Phát hiện bốn bước đưa kinh tế Việt đi lên

"SHARE"
LÀM ƠN CHIA SẺ SÁCH NÀY CHO 20 NGƯỜI.... THÔI ĐƯỢC RỒI! CHỈ CẦN 1 NGƯỜI LÀ TÁC GIẢ VUI RỒI. CẢM ƠN.

LỜI THÚ NHẬN:

Kính thưa quý độc giả, đã có một thời gian trong quá khứ, tôi cứ sống qua ngày, qua tháng. Có lúc, tôi thường có thói quen tụ tập, đàn đúm, thậm chí còn chẳng ham chuộng thứ gì ngoài vài đồng bạc lẻ do người thân cung cấp. Tôi cứ sống theo kiểu biết ngày nay, chẳng lo cho ngày mai. Trong con mắt tôi lúc ấy, bầu trời thì nhỏ bé khiến tôi ít có tầm nhìn xa, trông rộng, cuộc sống thì bó hẹp khiến tôi ít khi mơ cao, nghĩ lớn. Tôi từng sống theo kiểu cầu sung vừa đủ sài, chẳng cần mơ cao làm gì, khi thấy mình thua người ta quá mới cố gắng. Tôi đã từng có quan niệm một đời đeo bông đeo hoa, một đời nhàn hạ cũng qua một đời, không muốn cầu tiến. **Một người "ngầm" TỰ MÃN với những gì mình đang có thường thường ngại dấn thân vì sợ sai, ngại hi sinh vì muốn cuộc sống của mình hoàn hảo.** Giá như quý độc giả có thể rút ra được kinh nghiệm từ tôi sau khi xem qua phần sau

SAO BẠN KHÔNG PHÁ VỠ NHỮNG NHẬN THỨC, NHỮNG QUY LUẬT TƯ DUY THÔNG THƯỜNG. NGƯỜI VIỆT TA KHÔNG THỂ TRÔNG CHỜ NHỮNG THÀNH TỰU PHI THƯỜNG NHỜ VÀO NHỮNG HÀNH ĐỘNG BÌNH THƯỜNG, LẶP ĐI LẶP LẠI ĐƯỢC.

I — KHÔNG PHẢI LƯỜI BIẾNG, ĐÂY MỚI LÀ NGUYÊN NHÂN KHIẾN MỖI NGƯỜI TRẺ VIỆT CHƯA THÀNH ĐẠT.

Sao bạn không thử xem qua một câu chuyện. Khi quân Mông Cổ xâm lăng đế quốc Khwarezm, vua Mohammed bất chấp sức mạnh của quân địch vẫn ăn chơi, ca hát và nghĩ rằng: nên tận hưởng những năm tháng cuối, quân địch sắp đến rồi, đời mình sắp hết rồi. Còn thái tử Djélal-Ed-Din bất chấp sức mạnh của quân địch, bất chấp lực lượng của mình còn yếu vẫn tổ chức chống giặc, mưu đồ phục quốc. Cả hai đều bất chấp hiểm họa và rủi ro nhưng Mohammed là biểu hiện của sự yếu hèn, bạc nhược còn Djélal-Ed-Din là biểu hiện của sự kiên cường.

Chính thái độ sống đã tạo ra sự khác biệt giữa người với người. Bất chấp ở cuộc sống thành thị nhận lãnh nhiều rủi ro, bất chấp gia đình tôi mới di cư sang thành phố mới được một thời gian chưa tạo dựng được cơ sở làm ăn vững chắc, tôi cũng như vài người bạn vẫn ăn chơi và chưa bao giờ nghĩ lớn. Cái thái độ " bất chấp " này của tôi cũng như một bộ phận bạn trẻ Việt là biểu hiện của cái hèn chứ không phải biểu hiện của sự kiên cường. Cái hèn của tôi là do cái tôi của tôi, trí tuệ và cá tính của tôi bị xã hội Việt Nam dập tắt.

Hằng năm có rất nhiều bạn trẻ Việt từ tỉnh lẻ di cư sang các thành phố lớn. Họ là người thông minh, dám nghĩ và can đảm, dám làm. Họ dám nhận lãnh rủi ro, và cần tạo dựng từ đầu. Họ đáng lý ra phải là nguồn nhân lực tạo dựng nên doanh nghiệp mới cho các thành phố lớn. Tuy nhiên cũng giống như tôi khi mới ra thành phố, vì chưa biết biến nghịch cảnh thành lợi thế, chưa hình thành thói quen giải quyết vấn đề khó, các bạn trẻ Việt này chưa hề trở thành nguồn lực của quốc gia, **thậm chí tạo gánh nặng việc làm cho các thành phố lớn.**

Đối với George Soros, một người Do Thái thì cảnh khổ là một kho tàng, còn đối với tôi, một người Việt, cảnh khổ là một vực thẳm. Nhưng nguyên nhân sâu xa là do người Việt chưa thoát Á. Khi nhiều trông đợi được đặt lên vai một cá nhân, anh ta có thể bắt nhịp vào thời thế và biến giấc mơ thành hiện thực (Elbert Hubbard). Nhưng văn hóa Việt Nam thường làm ngược lại với điều này, ở Việt Nam cá nhân thường bị:

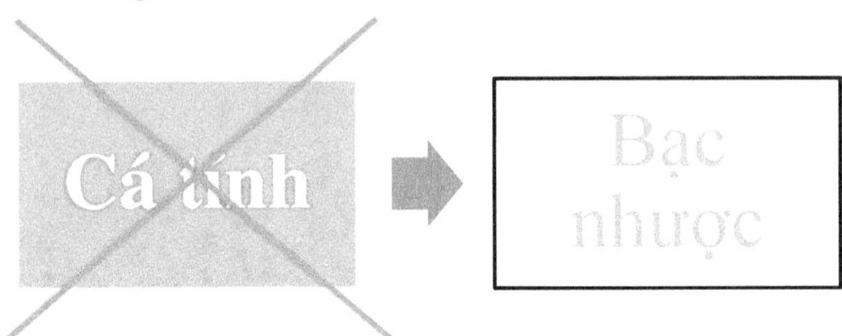

Con gà tức nhau tiếng gáy, xã hội Việt Nam tuy yên ả, thanh bình nhưng là một xã hội phủ định cá tính, phủ định bản sắc riêng của mỗi cá nhân con người. Bất cứ cá nhân nào thể hiện cá tính(tự tin, chăm chỉ hơn người, can đảm, dám làm hơn người khác…) đều bị coi là muốn chơi trội, kiêu ngạo. Sống trong xã hội như vậy, người trẻ tuổi Việt Nam luôn phải tự giết chết cá tính của mình để hòa lẫn với xã hội, qua đó quên mất chính mình, và đồng thời qua đó vô tình tự giết chết số phận của chính mình. Sống trong xã hội như vậy, người trẻ tuổi Việt Nam không thể thể hiện ưu điểm, lý tưởng sống bản thân cá nhân, chính kiến và ý tưởng của riêng mình ra bên ngoài, vì những điều này có nguy cơ sẽ bị người xung quanh dội gáo nước lạnh, thậm chí bị tập thể phủ định.

Mỗi bạn trẻ ở Việt Nam không được thể hiện cá tính của mình mà chỉ được khuyến khích bắt chước làm theo số đông thiên hạ. Tuy nhiên cách nghĩ của số đông luôn phiến diện, cẩu thả và hay thái quá, hành động của số đông luôn dại dột và dễ bị tác động, trước những cái tiên tiến, tiến bộ(ví dụ như mở công ty, lập nghiệp), thái độ của số đông người Việt Nam luôn bảo thủ, độc đoán, không khoan dung. Vì vậy trong xã hội, mỗi bạn trẻ Việt Nam khó có thể tiến bộ, thường bắt chước giới trẻ thế giới chứ không có cá tính, bản sắc riêng của mình ra xã hội. Giới trẻ ở Việt Nam thua giới trẻ phương Tây một bậc.

Trong cuốn "đắc nhân tâm" có đoạn khuyên: *"nếu bạn muốn cho ai phát triển một đức tính nào, bạn nên hành động như đức tính đó đã là một đặc sắc rõ ràng nhất của người đó. Muốn cải thiện một người, bạn cứ ra vẻ tin người đó có đức tính này đức tính nọ đi. Tỏ ra tin cậy người đó đi, khen họ đi: Họ sẽ gắng sức phi thường để xứng đáng với lời khen của bạn"*

Tuy nhiên người Việt thường làm ngược lại lời khuyên trên. Bản thân tôi cũng hay như vậy: *"Đối với những người thể hiện tài năng và cá tính của mình ra bên ngoài, tôi thường TỨC, cảm thấy họ chướng mắt, và tôi thường dở thói kiêu ngạo ngầm, cư xử theo kiểu những người này không có gì là QUAN TRỌNG cả, tìm cách hạ thấp, áp chế họ. Bị tôi áp chế, những người này buộc phải cư xử theo kiểu cá mè một lứa giống như tôi."* Cái tính này của tôi người ta gọi là "con gà tức nhau tiếng gáy". **Đúng,** thấy ai thể hiện mình trước mặt tôi, tôi đều tức, cảm thấy họ chướng mắt và tìm cách hạ thấp họ. Giống như sai lầm của tôi trước kia, tập thể người Việt luôn làm ngược lại với lời khuyên trên, trong xã hội Việt Nam người ta thường ích kỉ, có lòng dạ hẹp hòi không muốn người hơn mình thể hiện trước mặt mình.

Trước kia tôi chưa hiểu được: Khi một người muốn mình nổi trội, điều này vừa đáng mừng lại khiến tinh thần và thể chất của anh ta khỏe mạnh, chỉ khi anh ta muốn mình trở nên hoàn hảo, muốn cuộc đời mình trở nên hoàn mỹ, điều này mới khiến anh ta chán nản, phát điên mà lại lãng phí thời gian.

Do đó nếu một người muốn mình nổi trội, tôi nên khuyến khích anh ta. Còn nếu anh ta muốn mình hoàn hảo, tôi không cần áp chế anh ta, vì việc biến mình trở nên hoàn hảo lâu dần sẽ khiến anh ta chán nản, phát điên và lãng phí thời gian.

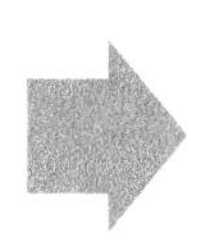

Con gà tức nhau tiếng gáy, văn hóa ở Việt Nam (tuy vô cùng yên ả, vô cùng an lành và, vô cùng thanh bình) nhưng thường phủ định cái tôi của mỗi con người. Người Việt vẫn chưa hiểu được rằng xét về một phương diện, cái tôi lớn và kiêu ngạo là đức tính xấu. Tuy nhiên xét về phương diện khác liệu cái tôi có thực sự hoàn toàn xấu? Cái tôi được nuôi dưỡng và chấp nhận đúng cách, có thể cải thiện một cách đáng kể khả năng thể hiện mình của bạn, đồng thời tăng sự tự tin cho bạn. Tự cao tự đại là sai lầm nhưng hạ thấp giá trị của bạn cũng bất lợi không kém.

Phát triển bản ngã vừa "đủ" để tin tưởng vào bản thân và tin tưởng vào khả năng cống hiến của bản thân mình, đây chính là yếu tố quyết định đến thành công. Nếu bạn không tin vào chính mình, ai sẽ tin bạn. Khả năng tin tưởng vào bản thân đòi hỏi sự phát triển lành mạnh của bản ngã để bạn có thể đối phó với môi trường xung quanh cũng như hỗ trợ tầm nhìn lớn của bạn. Tuy nhiên vấn đề ở chỗ, xã hội Việt Nam thường phán xét những mới thể hiện cái tôi một chút là người kiêu ngạo. Bọn họ chưa đến mức kiêu ngạo nhưng sự phiến diện, cẩu thả khi đánh đồng bọn họ với những người có cái tôi lớn và sự thái quá trong việc áp chế những người này khiến ở Việt Nam, ai cũng hạ thấp mình và rất

kém tự tin. Người Việt thậm chí còn chụp mũ cho những ai muốn thể hiện giá trị của bản thân, cái tôi của bản thân là người kiêu căng, có cái tôi lớn. Người Việt thậm chí còn đánh giá ngược lại người có tài đức hơn mình rằng: người này có cái tôi lớn.

 Người Việt tự thể hiện mình là người thấp kém, có thái độ yếu thế, tư duy và ý chí bạc nhược so với thế giới cũng vì điều này. Khi người Việt phải làm việc để kiếm tiền chứ không phải để khẳng định bản ngã thì năng suất lao động không cao. Khi mục đích chỉ để kiếm tiền thì họ thường tự mãn sớm khi đã có được ít của cải. Còn nếu người ta làm việc để khẳng định mình thì người ta sẽ quyết đoán, mạnh mẽ, có tư duy độc lập, tiền bạc của cải chỉ là thứ yếu.

Một lãnh đạo cần ra các quyết định. Nếu lãnh đạo có bản ngã phù hợp, anh ta sẽ biết mình có trách nhiệm và biết mình cần bảo vệ nhóm của mình như thế nào, cũng như đưa ra quyết định thông minh. Đôi khi chúng ta cần một nhà lãnh đạo mạnh mẽ nói rằng: "đây là phương pháp làm - hãy làm đi!". Vì vậy, miễn là bạn có đủ năng lực và tư cách để ra quyết định tốt, sự tự tin trong hành động của bạn đòi hỏi bạn phải có bản ngã phù hợp, và cũng để truyền cảm hứng cho người khác. Một người sợ hãi hoặc nghi ngờ không phải là một nhà lãnh đạo tốt. Trong xã hội Việt, chúng ta rất thiếu những những người đủ bản ngã để đưa ra những quyết định một cách quyết đoán.

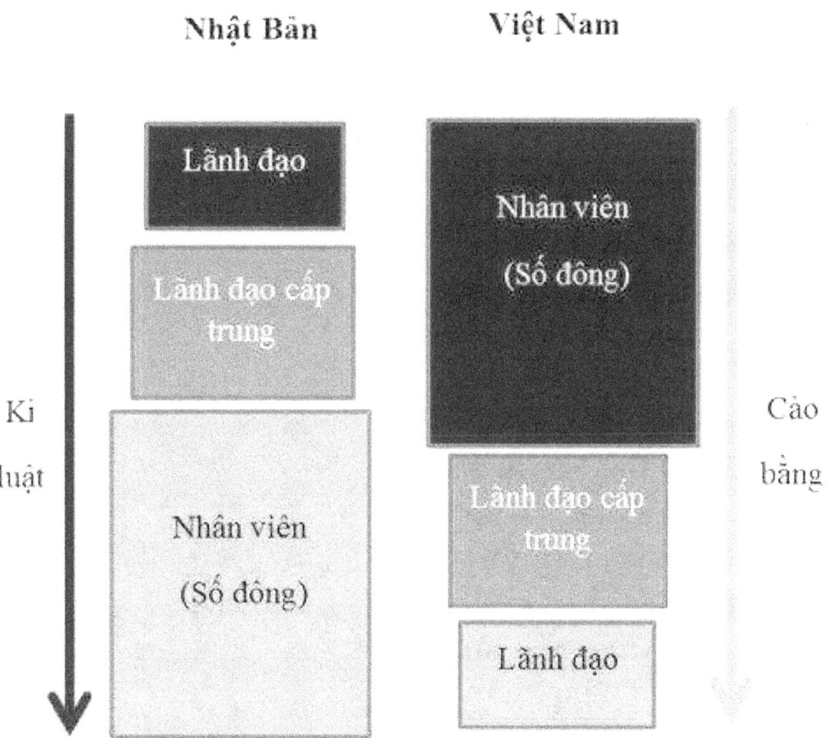

Như đã nói ở trên, người có cái tôi lớn sẽ thất bại, cái tôi chỉ nên vừa đủ. Tuy nhiên, một số người Việt chỉ mới nêu ra chính kiến, đưa ra quyết định và bảo vệ chính kiến, quyết định của mình một chút đã bị tập thể người Việt cho là có cái tôi lớn. Người Việt không phân biệt được đâu là bảo vệ cái tôi và đâu là bảo vệ chính kiến, lý lẽ đúng. Cách duy nhất để phân biệt là cứ tranh luận, kết quả sau cùng sẽ cho ta biết, anh ta đang bảo vệ cái gì. Những người như Tào Tháo, Donald Trump thường có chính kiến riêng, quyết liệt bảo vệ ý kiến của mình. Họ đúng hay sai, không phải nhìn bề ngoài là có thể phân định được.

Tôi cũng thường bị người khác hạ thấp thanh danh, cái tôi bên ngoài của tôi và để bù đắp lại, tôi thường đề cao cái tôi bên trong dẫn đến việc nghĩ mình là trung tâm. Giống như sai lầm nghiêm trọng của tôi trước kia, việc quá đề cao cái tôi bên trong khiến nhiều bạn trẻ ở Việt Nam khinh việc nhỏ, ngại việc lớn. Người châu Á thường nhận mình là rồng. Đây là một biểu hiện của tính "ảo tưởng vĩ cuồng". Người châu Á cũng thường nghĩ mình là hổ. Đây là biểu hiện của suy nghĩ "nghĩ mình là trung tâm". Thói quen "nghĩ mình là trung tâm" cũng khiến nhiều bạn trẻ Việt sống chỉ vì mình, chống đối tự phát tập thể, không đi theo chuẩn mực đạo đức và không tận tâm cống hiến cho tập thể.

Con gà tức nhau tiếng gáy, xã hội ở Việt Nam tuy là xã hội vô cùng yên ả, thanh bình nhưng là một xã hội <u>đố kị, thậm chí kìm hãm, trù dập sự nổi trội về trí thông minh</u> của mỗi cá nhân con người. Sống trong xã hội như vậy, người thông minh Việt Nam luôn tránh thể hiện mình, để tránh bức dây động rừng, qua đó, bóp nghẹt số phận của chính mình. Người Việt có câu " khôn cũng chết, dại cũng chết, biết thì sống". Ở xã hội Việt, người khôn không được trọng dụng mấy. Chỉ có người "biết" mới sống được. Chính vì vậy, trong xã hội Việt Nam, người thông minh không năng động bằng người phương Tây, thường chỉ học hỏi từ người phương Tây và cải tiến thêm.

Có một câu chuyện như sau. Ở Trung Quốc có một người nông dân muốn tìm một con vật để bắt chuột trong nhà. Ông ta không mua mèo mà mua một con báo về bắt chuột. Con báo của ông mãi vẫn không bắt được con chuột nào. Một hôm, có ông hàng xóm đến nhà ông ta chơi, khi rõ sự việc liền nói: một cây kiếm có thể ra trận giết hàng trăm kẻ địch nhưng để khâu áo, nó không bằng một cây kim, một con báo có thể bắt hươu, nai, lợn rừng nhưng nếu bắt chuột, nó làm sao bằng mèo được. Thấy vậy, ông nông dân đã hiểu ra. Nhiều người thông minh, có tài, có thể làm việc lớn nhưng nếu làm việc nhỏ, có thể họ không giỏi bằng người bình thường.

Vậy đó, những người thông minh, tài cao có thể làm được những việc lớn nhưng nếu làm những việc nhỏ, nhiều khi họ không thể làm giỏi như người bình thường. *Hàn Tín năm xưa là bậc đại tướng nhưng xét theo một phương diện khác, ông ta thậm chí trói gà không chặt.* Tuy nhiên có một vấn đề đáng nói là những người tài đức bình thường thường tìm ra những khiếm khuyết này để hạ thấp những người thông minh, tài cao ở Việt Nam. Ở Việt Nam, những người tài đức bình thường thường tìm ra những khiếm khuyết này để hạ thấp những người thông minh, tài cao.

Một anh kĩ sư xây dựng sau khi ra trường được giao nhiệm vụ quản lý công trường. Vậy mà những công nhân xây dựng trong công trường bất phục, cho rằng anh chỉ được đào tạo qua lý thuyết, kinh nghiệm đâu bằng họ. **Khuyết điểm của vĩ nhân chính là an ủi của người ngu** *(Disraeli -Anh). Vậy đó, những người bình thường ở Việt* Nam luôn tìm ra khiếm khuyết của những người tài cao để hạ thấp họ.

- Trí tuệ nho sinh
- Trí tuệ khôn khéo

Khi tầng lớp trẻ tuổi Việt Nam bị xã hội ức chế, kìm hãm sự nổi trội về trí tuệ, phủ định bản ngã, họ sẽ không đủ khả năng để đi trên đường dài và khó, do đó họ chọn đường dễ và ngắn, sử dụng sự khôn khéo thay vì trí tuệ thực sự. Tóm lại, nói như lời một người bạn nói với tôi:

Người ta khinh anh không phải vì anh nghèo, người ta khinh anh vì anh Hèn.

Cái hèn của tôi là do cá tính, trí tuệ… của tôi đã bị xã hội bóp nghẹt. Cái hèn của tôi còn nằm ở chỗ, tôi thường áp chế sự nổi trội về trí thông minh, cá tính, bản sắc của người khác. Mà càng đố kỵ với người khác bao nhiêu, càng chứng tỏ tôi bất lực, yếu kém trước họ, càng chứng tỏ tôi hèn bấy nhiêu. Do tôi không tìm được niềm cảm thông bởi những người xung quanh, bị người khác áp chế nên không thể hiện được sự thông minh, cá tính, bản sắc của riêng mình rồi trở nên hèn và nghèo. Và dường như có lẽ để trả thù đời tôi cũng dở thói kiêu ngạo ngầm, áp chế sự nổi trội về thông minh, cá tính, bản sắc của người khác. Cuộc đời mỗi bạn trẻ Việt Nam sẽ hơn hẳn tôi nếu bạn không để những thiên kiến của xã hội làm ảnh hưởng đến tư duy tính cách của bạn, từ đó điều khiển số phận của bạn.

Ở chiều ngược lại, mỗi bạn trẻ Việt Nam luôn lầm tưởng người đời cười cợt mình khi mình thể hiện trí tuệ, cá tính của mình, nên thường sợ sai khi thể hiện bản thân. Đúng là trong xã hội Việt Nam, người Việt cũng hay áp chế bạn khi bạn thể hiện mình nếu bạn không ngại thể hiện mình, sự giác ngộ và niềm tin này sẽ nhanh chóng truyền nhiễm sang họ. Họ sẽ nhanh chóng trở nên sáng suốt và nhận ra không có gì đáng cười cả. Họ sẽ thay đổi và bắt chước bạn.

Khi nước Việt Nam có tầng lớp trẻ tuổi thụ động khi làm việc lớn, năng động làm việc nhỏ thì đất nước này làm sao phát triển được.

II — NGƯỜI VIỆT MUỐN THÀNH CÔNG CẦN LUYỆN CÁI NÀY TRƯỚC.

Thay vì manh mún sao người Việt không chuyển chuyển dần sang óc thực tế.

Nhiều năm trước, người Việt có qua Nhật Bản để học hỏi nền bóng đá của Nhật. Tuy nhiên khi về vẫn chưa phát triển được nền bóng đá của mình. Có một số ý kiến cho rằng người Việt nên học hỏi bóng đá Thái Lan hoặc nếu có học Nhật Bản thì chỉ cần học 3/10 bóng đá của Nhật, tức là học những cái dễ học, những cái áp dụng được. Sau đó người Việt có thể phát triển thêm chiến lược bóng đá của riêng mình hoặc học hỏi những cái cao hơn. Đây gọi là óc thực tế, thực dụng. Chúng ta nên học hỏi những cái có thể học được và cũng bắt đầu từ những cái có thể làm được ngay.

Hình tượng trạng Quỳnh trong câu chuyện "trạng Quỳnh ăn cắp mèo, chúa ngậm bồ hòn chịu đắng" vốn là hình mẫu đối với tôi trước kia, cũng như mỗi con người Việt trong làm ăn kinh tế ngày nay. Tôi trước kia thường nhẹ dạ và dễ bị tác động nên dễ bị thu hút vào những mánh lới kiếm lợi bằng những đường phi chính thống. Tôi tự hỏi sao con người ta không luyện óc thực tế thay vì để sự nhẹ dạ điều khiển và bị người ngoài tác động. Trước kia tôi cũng từng tham lam những lợi lộc nhỏ. May nhờ một người bạn, một người rất thực dụng nhắc nhở tôi: tôi thực dụng, anh khôn lanh, xem ai sống lâu hơn ai.

Để thay đổi tư duy, người Việt cần bắt đầu luyện óc thực dụng, thay thế dần cho óc khôn lanh, manh mún.

Óc thực dụng      **Óc không lanh, manh mún**

Nhiều người trẻ Việt có hoàn cảnh nghèo thường vô cùng chịu khó và chăm chỉ nhưng thường có tầm nhìn hẹp trong cuộc sống cũng như trong làm ăn. Tầm nhìn của những người này thường bó hẹp vào cái lợi trước mắt, cái lợi dễ kiếm nhất. Chính cái nhìn hạn hẹp đó đã làm cho người Việt chưa thể thoát nghèo. Người có tầm nhìn xa thường có tư duy thông thoáng hơn, không bó hẹp vào tiền bạc, cái lợi dễ kiếm.

Thị trường, xã hội Việt Nam luôn phát triển và chuyển động, do đó luôn xuất hiện điểm yếu. Trong xã hội, bất kì đối tượng, thành phần, giai cấp nào cũng có điểm yếu của họ. Điểm yếu kiểu này không giống điểm yếu trên chiến trường. Trên chiến trường chúng ta cần tìm ra điểm yếu của kẻ thù và đánh vào nó. Còn trong xã hội Việt Nam, bất kì đối tượng nào cũng có điểm yếu, đúng hơn là khiếm khuyết hoặc một điểm nhạy cảm, điểm thiếu sót nào đó. Người có tư duy thông thoáng, rộng mở sẽ biết nhìn ra điểm yếu đó và đánh vào nó để kiếm lợi nhuận. Để tìm ra điểm yếu của các đối tượng, mỗi bạn trẻ Việt có nên thần tượng, sùng bái một thành phần, đối tượng nào và để sự hào nhoáng của họ làm ảnh hưởng đến phán đoán của mình hay không. Cá nhân tôi nghĩ bạn sẽ trả lời là không.

Làm sao luyện tư duy thực dụng:

Để cải thiện tư duy của chính mình, sao mỗi bạn trẻ Việt không bắt đầu tự tạo cơ hội cho mình.

1   MUỐN LUYỆN ÓC THỰC DỤNG, SAO MỖI BẠN TRẺ VIỆT KHÔNG BẮT ĐẦU THÓI QUEN QUAN SÁT TÌNH HÌNH TRONG NƯỚC.

Khi các nước sau chiến tranh thế giới thứ hai muốn thành lập liên hiệp quốc, các nước này muốn tìm một nơi để đặt trụ sở. Chính phủ Mỹ và các nước muốn chọn một nơi phồn vinh để xây trụ sở của tổ chức lớn nhất thế giới, như vậy dùng tư duy ngược có thể nhận định nơi nào có trụ sở liên hiệp quốc nơi đó chắc chắn trở nên phồn vinh. Tuy nhiên các nước chưa có đủ kinh phí để làm điều này. Rockefeller, một công dân Mỹ đã tận dụng điểm yếu này để kiếm tiền. Ông ta quyết định mua một mảnh đất với giá tám phẩy bảy triệu dollar, tặng cho chính phủ để xây trụ sở liên hiệp quốc. Khi mua mảnh đất đó, ông ta cũng mua những mảnh đất xung quanh. Nơi nào có trụ sở liên hợp quốc, nơi đó chắc chắn trở nên phồn vinh. Những mảnh đất xung quanh trụ sở liên hợp quốc chắc chắn đắt giá. Rockefeller đã dùng những mảnh đất xung quanh trụ sở liên hợp quốc kiếm lời gấp nhiều lần số tiền bỏ ra ban đầu. Rockefeller đã biết tận dụng điểm yếu của chính phủ và các nước để kiếm tiền.

2   MUỐN LUYỆN ÓC THỰC DỤNG, SAO MỖI BẠN TRẺ VIỆT KHÔNG QUAN SÁT TÌNH HÌNH THẾ GIỚI

Một ông chủ của một công ty thực phẩm của Mỹ, sau khi đọc một mẩu tin "Mexico phát hiện hàng loạt bệnh kiểu ôn dịch" đã nhận ra điểm yếu của thị trường khi bệnh dịch lan tràn. Ông nhận ra rằng, nếu bệnh dịch phát sinh, bệnh dịch sẽ lan sang bang California, Texas và ảnh hưởng tới toàn nước Mỹ.

Hai bang này lại là hai bang cung ứng thực phẩm cho toàn nước Mỹ. Chắc chắn tình hình cung ứng thịt sẽ căng thẳng, giá thịt nhất định tăng mạnh. Ông nhận ra trong tương lai, thị trường sẽ xuất hiện điểm yếu này và mua toàn bộ thịt bò, thịt lợn của hai bang California và Texas sang miền đông dự trữ. Không ngờ bệnh dịch lan sang phía tây, chính phủ Mỹ nghiêm cấm việc vận chuyển thịt của hai bang này ra bên ngoài.

Lúc này, các loại thịt ở Mỹ thiếu nghiêm trọng, giá cả tăng vọt. Ông ta lập tức đánh vào điểm yếu này của thị trường, bán toàn bộ thịt bò, thịt lợn ra thị trường để bình ổn giá cả thị trường, tạo nguồn cung kịp thời cho dân. Chỉ trong vòng vài tháng, ông ta thu được chín triệu dollar.

3   QUAN SÁT XONG LÀ PHẢI CÓ CÁI NHÌN KHÁCH QUAN.

Anh A, sống ở quê tôi, sống vào thời đất nước bị chia cắt. Khi đó anh có nhận định đảng Cộng Sản miền Bắc chắc chắn sẽ giành chiến thắng trước Ngụy quyền miền Nam. Để có nhận định này anh nhìn sang nước xa chúng ta là Hàn Quốc và Triều Tiên. Người Hàn Quốc có tố chất mạnh mẽ, ý chí kiên cường, biết nhìn xa trông rộng, có thể đứng vững khi khoát lên mình chiếc áo TBCN. Người Việt Nam có tố chất khác hẳn, người miền Nam Việt Nam có tố chất không quá mạnh mẽ, tầm nhìn xa trông rộng không lớn bằng và tính hưởng thụ rất nặng, khi khoác lên mình chiếc áo TBCN, họ khó đứng vững. Khi không thể đứng trên đôi chân của mình, họ đã nhận quá nhiều viện trợ và bị lệ thuộc quá nhiều về kinh tế và quân sự.

Người Triều Tiên cũng có tố chất mạnh mẽ, ưa đi thẳng, khi đánh nhau với người Hàn Quốc, họ đưa quân đánh trực diện, với cách đánh như vậy họ khó có thể thắng nổi Mỹ. Người miền Bắc Việt Nam thì không đánh trực diện mà đánh du kích, với cách đánh này Mỹ khó lòng thắng nổi, người Việt đã từng thắng nhiều đội quân lớn với cách này. Hơn nữa trong lịch sử, Lê Chiêu Thống đã từng nhờ kết hợp thế lực ngoại bang và không thắng nổi Quang Trung. Do đó người miền Nam khi kết hợp thế lực Mỹ chắc gì đã thắng được người miền Bắc.

Nhìn vào bề nổi thì thấy miền Nam mạnh hơn miền Bắc về tiền bạc và quân sự. Nhưng nếu nhìn vào bản chất bên trong thì rõ ràng miền Bắc mạnh hơn miền Nam. Anh A không nhìn và bề nổi bên ngoài mà nhìn vào bản chất bên trong nên anh nhận thấy người miền Bắc sẽ thắng và quyết định tham gia lực lượng du kích. Nhờ biết nhìn ra điểm yếu của ngụy quyền Sài Gòn, anh A đã có thể tận hưởng niềm vui chiến thắng.

4 MUỐN LUYỆN ÓC THỰC DỤNG CẦN LUYỆN TẦM XA:

Thị trường, xã hội Việt Nam luôn phát triển và chuyển động, và luôn xuất hiện điểm yếu. Trong xã hội, bất kì đối tượng, thành phần, giai cấp nào cũng có điểm yếu của họ. Bất kì một biến cố, một chuyển động nào đấy trong tình hình thời sự trong nước cũng như thế giới cũng có thể làm xuất hiện một điểm yếu của một đối tượng, tầng lớp nào đấy. Sao mỗi bạn trẻ Việt không khách quan nhìn vào bản chất bên trong để thấy điểm yếu đó, tận dụng những điểm yếu đó, chúng ta chắc chắn sẽ thu lợi.

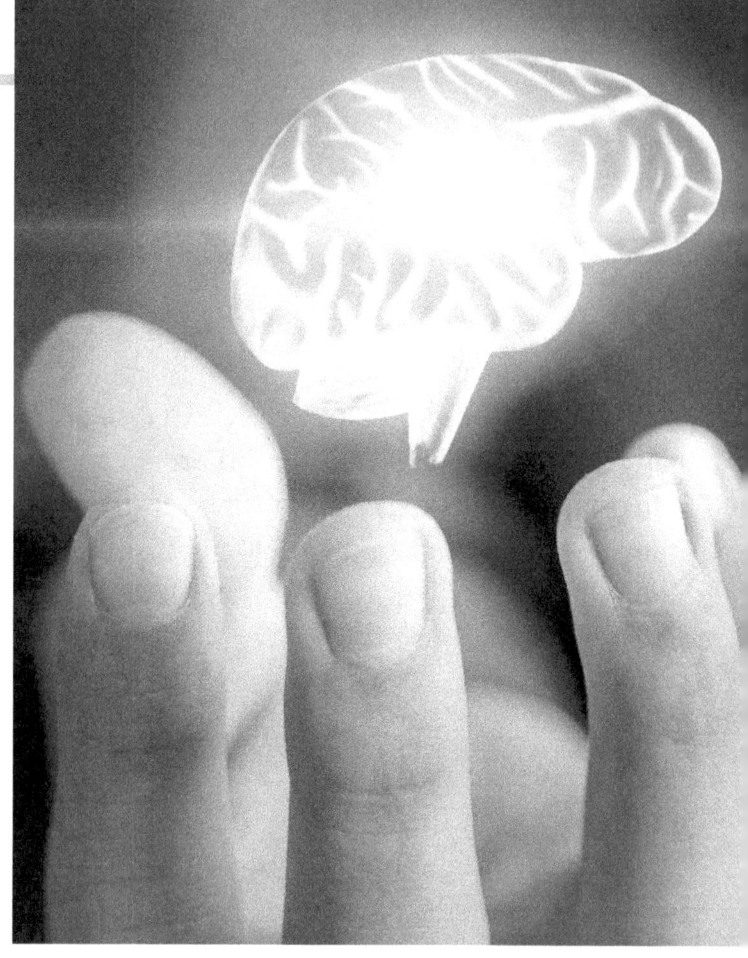

4.1 ĐỂ LUYỆN TẦM XA CẦN NHÌN RA HAI MẶT CỦA MỌI SỰ VẬT, SỰ VIỆC.

Bất cứ một biến cố xấu nào, một chuyển động nào trong tình hình thời sự trong nước và thế giới xảy đến với người Việt chúng ta cũng như đến với môi trường xung quanh cũng đều dẫn đến một "điểm yếu" nào xuất hiện, một cơ hội nào đấy. Một cơ hội nào xuất hiện cũng đều xuất hiện một thách thức nào đấy. Một sự vật luôn có điểm mạnh và điểm thiếu sót, điểm nhạy cảm của nó. Sao bạn không tìm ra hai mặt của nó.

Bọ ngựa bắt ve sầu, chim sẻ rình sau lưng

Thời Xuân Thu, Ngô Vương là một vị vua vô cùng ngang ngược, các vị đại thần đều khó mà thuyết phục được ông.

Một lần, Ngô Vương chuẩn bị tấn công nước Sở, nói rằng nếu ai can gián thì sẽ giết chết người đó. Các vị đại thần biết được tin này đều rất lo lắng, bởi nếu nước Ngô đem quân đi đánh giặc nước khác thì chính nước Ngô có thể bị một nước khác mạnh hơn tấn công. Thế nhưng, không vị đại thần nào dám can ngăn Ngô Vương.

Trong số các vị đại thần, có một người tính tình chính trực. Ông bèn nghĩ ra một kế: ông đem cung tên suốt ngày từ sáng sớm đến tối mịt đứng trong cung vua. Vua thấy ngạc nhiên bèn hỏi vi quan này đang làm gì vậy. Viên quan đáp: trong vườn, trên cây cổ thụ có con ve cảm thấy mình yên tâm kêu sầu rả rích, nó đâu biết rằng đằng sau lưng có con bọ ngựa đang há càng chờ tóm cổ nó, con bọ ngựa khoái chí tưởng mình an phận, không ngờ sau lưng có chim sẻ đang chực mổ đầu mình, chim sẻ vô tư biết đâu dưới chân cổ thụ có người cầm cung đang định bắn nó rơi xuống đất và chính tôi đây đang cầm cung cũng không hay sương đã bám áo mình. Thì ra đều vì cái lợi trước mắt mà quên không thấy cái hại sau lưng. Nhà vua nghe câu chuyện thấy thấm thía, bèn bỏ ý định đánh đất Kinh.

Người có tầm nhìn xa luôn nhìn ra được hai mặt để chọn đường đi sao cho hi sinh cái nhỏ để lấy cái lớn hoặc hi sinh cái tốt nhỏ ở hiện tại để tránh cái xấu lớn sau này. Có rất nhiều trường hợp ta đang thành công nhưng lại tiềm ẩn nguy cơ thất bại, có nhiều thất bại lại tiềm ẩn khả năng thành công. Tôn Tử nói: không quan trọng việc ta chiến thắng trước đối thủ, quan trọng việc ta nghĩ xa hơn đối thủ. Chiến thắng chính mình là chiến thắng quan trọng nhất trong nền kinh tế thị trường. Những chiến thắng trước mắt sẽ không có ý nghĩa gì nếu nó không đem lại lợi ích lâu dài. Người biết nhìn xa luôn lường trước nghĩ sau, tính toán lợi hại, chọn hướng đi tốt nhất.

4.2 ĐỂ LUYỆN TẦM XA CHỈ CẦN NHÌN VÀO QUY LUẬT CỦA QUÁ KHỨ, CỦA CÁC NƠI KHÁC ĐỂ SUY ĐOÁN.

Trong làm ăn kinh tế, mỗi con người Việt thường không giỏi trong khả năng xét đoán và ý chí chưa cao. Người Việt thường bất chấp mọi quy luật phải trái, đúng sai của cuộc sống, miễn sao được việc. Trong cuộc sống, cũng như trên thương trường luôn có những quy luật của nó. Để nhận ra sao mỗi bạn trẻ Việt không rút ra những bài học trong quá khứ, trong những nơi khác để có cái nhìn đúng đắn cho mình.

a Để luyện tầm xa cần có một cái nhìn bao quát

Cac Mác ngày trước đã có một nhận định rằng: khoa học kĩ thuật sẽ là lực lượng chính trong sản xuất. Ông có nhận định trên vì ông có cái nhìn bao quát về lịch sử phát triển của nhân loại, rút ra quy luật trong quá khứ. Ngày trước khi con người còn săn bắn, hái lượm, những dân tộc nào sớm biết làm chủ phương pháp trồng trọt chăn nuôi và biết phát huy nó thường trở thành những nền văn minh lớn vì trồng trọt, chăn nuôi đem lại nhiều sản phẩm hơn săn bắn hái lượm. Sau một thời gian trồng trọt chăn nuôi đã thay thế săn bắn hái lượm và làm thay đổi đời sống con người. Thời kì của Cac Mac, các quốc gia nào sở hữu nền khoa học kĩ thuật mạnh thường trở thành nước lớn. Vậy ông nhận định chắc chắn, khoa học kĩ thuật sẽ ngày càng phổ biến và sẽ là lực lượng chính của sản xuất.

b Luyện cách nhìn thấy điều không ai nhìn thấy

Steve Job đã có một nhận định về tương lai rằng: máy tính sau này sẽ chẳng cao siêu hơn một chiếc xe đạp. Những chiếc xe đạp đầu tiên sở hữu những tính năng ưu việt. Sau dần nó trở nên phổ biến và nhiều người sử dụng. Những chiếc ô tô đầu tiên cũng mang những tính năng nhiều người trước đó không nghĩ tới và đem lại nhiều lợi ích cho người dùng. Tuy nhiên sau đó có nhiều hãng ô tô xuất hiện, sản xuất nhiều ô tô, giá ô tô ngày càng rẻ và ô tô trở nên phổ biến. Sở dĩ ông có nhận định trên là vì ông có cái nhìn bao quát về lịch sử phát triển của nền công nghiệp hiện đại, rút ra từ quy luật của quá khứ: những sản phẩm độc đáo ban đầu dần dần trở nên phổ biến, do có nhiều hãng sản xuất ra nó và cạnh tranh nhau nên giá ngày càng rẻ.

c Bị đánh bại bởi chính phương pháp của mình.

Kodak với sản phẩm phim cuộn của mình đã từng đánh bại sản phẩm ảnh kính để vươn lên chiếm lĩnh thị trường, dẫn đầu thế giới. Tuy nhiên họ lại không nhận ra rằng: sản phẩm của họ có thể đánh bại sản phẩm ảnh kính trong quá khứ được thì cũng sẽ có sản phẩm ảnh số ưu việt hơn trong tương lai đánh bại họ. Thị trường luôn luôn chuyển động nhưng luôn xoay quanh quy luật bất biến: sản phẩm sau ưu việt hơn sẽ đánh bại sản phẩm trước và chiếm lĩnh thị trường. Kodak đã không nhận ra quy luật này và bị đánh bại bởi chính cái cách họ đánh bại người khác.

Một doanh nhân tỉnh táo luôn nhận ra một quy luật bất biến của thương trường, đó là con người luôn có một nhu cầu mua một thứ gì đó, bất kể ở giai đoạn nào, khủng hoảng hay không khủng hoảng. Khi không khủng hoảng người ta sẽ có nhu cầu mua hàng chất lượng cao, giá cao, lúc khủng hoảng, người ta sẽ có nhu cầu mua đồ chất lượng vừa phải, giá hợp lý, hoặc mua một sản phẩm thay thế khác. Một nhà môi giới bất động sản thành công luôn biết được một quy luật bất biến của bất động sản, đó bất động sản ở những nơi có giá trị tốt luôn tăng giá cao trong tương lai và những nơi có nhiều người giàu lui tới, những nơi đang có xu hướng phát triển, những khu đất tại các trục đường giao thông chính luôn là những nơi có giá trị tốt. Một học sinh tỉnh táo luôn nắm được một quy luật rằng các doanh nghiệp luôn cần nguồn nhân lực chất lượng cao, do đó chỉ cần dự đoán kinh tế trong tương lai phát triển ngành nào, tạo công ăn việc làm ở ngành nào. Học sinh đó chỉ cần thi vào trường đào tạo nhân lực ngành đó và tự bối dưỡng năng lực và chắc chắn khi ra trường sẽ có việc làm.

Khi đó ta sẽ nhận ra cơ hội cũng như thách thức có thể xảy đến với chúng ta.

5   SAO MỖI BẠN TRẺ VIỆT KHÔNG TỰ LUYỆN BẢN LĨNH CHO CHÍNH MÌNH.

Một bộ phận mỗi bạn trẻ Việt không phải không thông minh, sáng dạ, nhìn thấy cơ hội làm ăn mà do tài năng và bản lĩnh của bạn trẻ còn yếu nên chưa làm nên chuyện. Để biết nhìn ra thời cơ, nắm bắt thời cơ, sao bạn không luyện khả năng tư duy cao. Sự nổi trội về trí tuệ và cá tính của mỗi người Việt đều bị lu mờ trong cộng đồng, xã hội. Sao mỗi bạn trẻ Việt không luyện khả năng tư duy và tôi luyện tính cách để vượt hơn đa phần người còn lại.

Sao mỗi bạn trẻ Việt không đầu tư cho chính mình.

Một anh bạn trẻ nghèo sống bên cạnh một người giàu. Một hôm anh bạn nghèo nói rằng anh ta sẵn sàng làm không công cho người giàu miễn sao có được cơm ngày ba bữa. Người giàu đồng ý ngay. Sau mấy năm người nghèo ra làm ăn riêng, người nghèo thậm chí còn giàu hơn người giàu. Người ta thắc mắc hỏi sao anh bạn nghèo lại có thể làm giàu được như vậy. Anh bạn nghèo nói: tôi bỏ ra một thời gian làm không công cho người giàu để lấy kinh nghiệm, đáng lý ra tôi phải nhận lương nhưng tôi xem số tiền đó là tiền đầu tư cho chính mình để lấy kinh nghiệm làm giàu từ người giàu.

Không cho con thứ này để con có thứ khác

Bill gate đã có một cam kết rằng chỉ cho con mình 5% tài sản của mình, số còn lại sẽ được làm từ thiện. Sở dĩ ông làm như vậy đều là nghĩ xa cho con mình. Tương lai của con ông ta phụ thuộc tính cách, bản lĩnh và sự trưởng thành của anh ta chứ không phải là tiền bạc Bill Gate cho anh ta. Ông ta đầu tư vào con người, tức là làm sao cho con mình tính cách hoàn thiện hơn và sự trưởng thành lớn dần lên, do vậy ông ta chỉ

cho con mình 5% tài sản, không quá ít để con cái lập nghiệp, không quá nhiều để con mình không ỷ lại vào số tiền đó. Có như vậy con ông ta mới không ỷ lại, tôi luyện khả năng của mình. Để thành công, ngoài tư duy, tính cách và bản lĩnh cũng cần được rèn luyện. Để rèn luyện bản lĩnh, ngoài việc cắt giảm bớt những tiện nghi, sao mỗi bạn trẻ Việt chúng ta không sẵn sàng lao vào thử thách.

Sao học sinh Việt Nam không quan tâm đến điều này. Bạn có thể đầy nhiệt huyết khi ngồi trên ghế nhà trường nhưng sau khi ra trường, nhiệt huyết đó dường như dập tắt. Tài năng của bạn khi học chữ, bản lĩnh của bạn khi được rèn luyện trong các kì thi chưa hẳn giúp bạn sau khi ra trường. Trí tuệ của học sinh Việt Nam thường là trí tuệ của nho sinh, nó thường là trí tuệ chết(**ví dụ như của tôi chẳng hạn**) không thể giúp học sinh khẳng định mình trong xã hội. Sao mỗi bạn trẻ Việt Nam không rèn luyện tài năng và bản lĩnh ở môi trường bên ngoài.

Khi rèn luyện tài năng và bản lĩnh, điều quan trọng nhất là tận dụng lợi thế sẵn có của riêng mình và biết hi sinh cái gì đó trước mắt. Mỗi bạn trẻ Việt chúng ta có nên làm theo tập thể, số đông hay không. Cá nhân tôi nghĩ bạn sẽ trả lời là không. Người Việt thường có thói quen là theo xu hướng, phong trào. Nguyên nhân là do người Việt thường thường nghĩ rằng tập thể, số đông luôn đúng và nhiều lúc hành động theo theo tập thể, số đông. Quan niệm này có chính xác hay chưa, sự đúng hoặc sai phụ thuộc vào bản chất sự việc, mà chỉ có người thông minh, hiểu đúng và có tầm nhìn xa mới thấy được. Người thông minh thường chiếm số ít trong tập thể, xã hội. Tập thể, số đông người Việt thường phiến diện, thái quá cũng như nhẹ dạ và dễ bị kích động.

Nếu thiên hạ làm sai, ta làm đúng. Nếu thiên hạ làm đúng, sao mỗi bạn trẻ Việt không làm khác. Những cái độc đáo, khác biệt luôn có chỗ đứng. Sao bạn không thử xem qua các ý kiến sau của tôi:

> *** Để hiểu đúng xu hướng của thiên hạ sao mỗi bạn trẻ Việt chúng ta không khách quan nhìn vào bản chất bên trong của sự vật thay vì để bề nổi chi phối. Sao mỗi bạn trẻ Việt không đưa ra quyết định phù hợp với tình hình thực tế thay vì để tham vọng chủ quan của cá nhân chi phối. Trong thời đại kinh tế thị trường, sao con người ta không luyện óc thực tế thay vì tham lam những cái trước mắt.**

1 LỢI DỤNG SAI LẦM CỦA THIÊN HẠ.

Một người bạn của tôi hai bốn tuổi đã là một nhà kinh doanh cổ phiếu đại tài. Anh ta sở hữu cổ phiếu của công ty Giống Cây Trồng Miền Nam. Trong thời kì khủng hoảng năm 2008, giá cổ phiếu của công ty này rớt xuống. Nhiều người bán nó vì sợ nó sẽ xuống giá thêm. Tuy nhiên bạn tôi đã không làm theo người này. Anh ta đã có cái nhìn bao quát về nền kinh tế Việt Nam, anh ta nhận định rằng nông nghiệp là nền kinh tế chủ đạo ở Việt Nam, các công ty như công ty Giống Cây Trồng Miền Nam chắc chắn luôn ăn nên làm ra, thời điểm khủng hoảng chỉ là tạm thời, giá cổ phiếu chỉ tạm thời đi xuống. Với tầm nhìn xa anh ta nhận định rằng giá cổ phiếu của công ty này sẽ bình thường trở lại khi khủng hoảng qua đi. Vậy là thay vì làm theo người xung quanh, anh ta còn tận dụng cơ hội mua cổ phiếu với giá rẻ vì lúc đó thiên hạ đã sai lầm bán tháo bán đổ nó ra. Quả nhiên khi khủng hoảng qua đi, giá cổ phiếu tăng trở lại, anh ta bán một phần cổ phiếu và kiếm lời.

Tập thể người Việt thường phiến diện, thái quá cũng như nhẹ dạ và dễ bị kích động, không thể thực hiện được những hành động đòi hỏi phải có một sự hiểu biết đặc biệt. Do đó có thể xuất hiện những cơ hội để bạn tận dụng. Sao bạn không biết quan sát, tỉnh táo, và biết hi sinh sĩ diện và cái tôi trước mắt một chút, sẽ có cơ hội cho bạn.

2 ĐƯA RA QUYẾT ĐỊNH PHÙ HỢP VỚI TÌNH HÌNH THỰC TẾ.

Ở Mỹ năm xưa có một phong trào đi đào vàng. Có một anh chàng ở Mỹ cũng bắt chước đi đào vàng với hi vọng đổi đời. Hoàn cảnh khu đào vàng rất khốn khổ. Anh ta không dám uống ngụm nước cuối cùng của mình và nhìn người xung quanh làm việc trong cảnh khát. Vậy là anh ta chuyển hướng tư duy và quyết định hi sinh ham muốn làm giàu nhờ vàng, tận dụng điểm yếu của người đào đãi vàng là đang cần nước để kiếm tiền. Anh ta tìm nguồn nước xung quanh đó và mua các máy lọc nước để lọc nước để đảm bảo nước có thể uống được. Anh ta thu được nhiều lợi nhuận nhờ vào việc bán nước. Cuối cùng ở khu đãi vàng, không ai đào được vàng cả. Mọi người chán nản ra về còn anh ta thu được rất nhiều tiền.

Thực tế đã chứng minh, người Việt nhiều khi muốn kiếm tiền nhanh, manh mún, trục lợi. Nếu bạn đưa ra quyết định phù hợp với thực tế, bạn chắc chắn có cơ hội. Đưa ra quyết định phù hợp với thực tế và biết tạm gác qua sĩ diện, thỏa hiệp với cái tôi trước mắt là người tài cao đức trọng. Mỗi bạn trẻ Việt có thể luyện được điều này hay không. Đương nhiên là được.

*Sao bạn không thử xem qua các ý kiến này của tôi: **Dẫu cho thiên hạ ai cũng đi đúng hướng, sao mỗi bạn trẻ Việt không thách thức xu hướng của tập thể và tự tạo hướng đi cho riêng mình.** Nếu mục tiêu của ta giống mục tiêu của người khác, sao mỗi bạn trẻ Việt chúng ta không sáng suốt đi trước xu hướng, không ngại thay đổi và học hỏi. Sao mỗi bạn trẻ Việt không xây dựng cơ sở làm ăn đón đầu những nhu cầu trong cuộc sống thay vì để cuộc sống hiện tại quyết định lĩnh vực kinh doanh. Cơ sở làm ăn của bạn sẽ tồn tại lâu hơn rất nhiều theo cách này.

1 LÀM NHỮNG VIỆC THÔNG MINH, THAY VÌ LÀM VIỆC PHỔ BIẾN .

Sau chiến tranh thế giới thứ hai, nền công nghiệp giải trí của Mỹ phát triển mạnh, các nước cũng đua nhau phát triển công nghiệp điện ảnh. Nước Nhật vốn chẳng có gì ngoài sự sáng tạo của con người. Vậy là giới trẻ Nhật quyết định phát triển ngành giải trí theo con đường truyện tranh ít tốn kém, chỉ đòi hỏi sáng tạo. Họ làm điều này để khỏi phải cạnh tranh với các nền điện ảnh tiến tiến thế giới. Hơn nữa người Nhật dễ xây dựng các nhân vật truyện tranh phù hợp với tính cách của mình: cần cù, quyết tâm. Nếu người Nhật xây dựng các nhân vật phim truyện theo hướng cần cù, quyết tâm thì các nhân vật này sẽ khó hấp dẫn khán giả như các nhân vật truyện tranh. Sự lựa chọn của người Nhật quả là thông minh, phù hợp với tình hình thực tế của họ và tránh sự cạnh tranh từ các nước khác.

Nhiều người Việt đều thiếu tự tin trước những cái mới, những cái thông minh. Xã hội người Việt không thể thực hiện được những hành động đòi hỏi phải có một sự hiểu biết đặc biệt. Sao bạn không tận dụng điểm yếu này, tận dụng chất xám sẵn có trong đầu mình, làm những việc thông minh để có được cơ đồ.

2 SAO MỖI BẠN TRẺ VIỆT KHÔNG ĐI TRƯỚC XU HƯỚNG

Trước kia nước Anh là nước dẫn đầu thế giới. Các nước tư bản Tây Âu đều đua nhau xâm lược thuộc địa. Quốc gia non trẻ Mỹ đi sau trong công cuộc phát triển công nghiệp. Nước Mỹ nhận ra rằng người Anh không còn phát triển công nghiệp mạnh nữa vì việc xâm lược và khai thác thuộc địa có lợi hơn nhiều. Nhận thấy xu hướng này, người Mỹ không đi đầu trong việc xâm lược thuộc địa. Họ chỉ đầu tư phát triển trong nước. Quả nhiên sau chiến tranh thế giới thứ hai, nước Anh mất dần các thuộc địa, nền công nghiệp trong nước không phát triển quá mạnh. Vị thế dẫn đầu thế giới bây giờ lại thuộc về Mỹ. Quốc gia non trẻ Mỹ, tuy thành lập sau nhưng nhìn thấy được xu hướng và đi trước xu hướng và đã vượt hơn các đàn anh.

Người Việt nhiều lúc bài bác chê bai, miệt thị những cái mới tiến bộ, những cái không giống mình. Người Việt cũng có tiếp thu những cái mới của thế giới nhưng chỉ là học đòi, học những cái bề nổi chứ không học có gốc có ngọn. Sao mỗi bạn trẻ Việt không tận dụng điểm yếu này, tạo ra những cái mới, những cái thông minh, đi trước xu hướng. Chắc chắn bạn sẽ vượt xa thiên hạ.

*Sao bạn không thử xem qua các ý kiến này của tôi: Sao mỗi bạn trẻ Việt không nhìn nhận vấn đề từ mặt mà người khác thường bỏ qua. Mỗi bạn trẻ Việt có nên chịu sự trói buộc theo cách tư duy thông thường hay không. Cá nhân tôi nghĩ bạn sẽ trả lời là không vì như vậy con người ta sẽ không có những ý tưởng độc đáo.

KHÔNG BẮT CHƯỚC NGƯỜI KHÁC NHƯNG THÀNH CÔNG HƠN NGƯỜI KHÁC

Một người thầy cho hai cậu học trò của mình năm cái bánh rồi nói các cậu học trò ai ăn được nhiều hơn sẽ thắng, tuy nhiên mỗi học trò chỉ được lấy tối đa hai cái bánh mỗi lần lấy và chỉ khi ăn xong mới lấy được tiếp. Cậu học trò thứ nhất nhanh tay lấy hai cái bánh và ăn, cậu học trò thứ hai nghĩ rằng nếu lấy hai cái bánh thì tốc độ ăn cũng chỉ bằng người kia, thấy vậy cậu ta chỉ lấy một cái bánh. Sau khi ăn xong một cái trong lượt đầu tiên, cậu ta ăn nhanh hơn người thứ nhất, cậu ta lấy tiếp hai cái bánh, cuối cùng cậu ta ăn được ba cái bánh. Người thứ hai thay vì mù quáng làm theo người thứ nhất lấy hai cái bánh trong lần lấy đầu tiên thì cậu ta chỉ lấy một cái, với tầm nhìn xa cậu ta nhận thấy rằng nếu chỉ lấy một cái bánh trong lần lấy đầu tiên thì cậu ta sẽ ăn nhanh hơn và sẽ có thời gian lấy hai cái tiếp theo trong khi người thứ nhất vẫn còn cố ăn hết hai cái bánh trong tay. Cậu ta đã biết chuyển hướng tư duy và đưa ra quyết định phù hợp với tình hình thực tế chứ không để tham vọng chủ quan chi phối.

Anh bạn trẻ Mark Zuckerberg sáng lập Facebook vào năm 2004. Facebook có tuổi đời non hơn Yahoo. Trước khi Facebook ra đời, Yahoo là một thương hiệu mạnh về việc kết nối con người trên toàn cầu thông qua mạng. Trên Yahoo, người dùng có thể chat, viết tâm trạng lên thanh status,

đăng ảnh, viết bài lên blog. Anh bạn trẻ Mark Zuckerberg sáng lập Facebook dựa vào các dịch vụ này của Yahoo nhưng sáng tạo lên tầm cao hơn. Người dùng Facebook có thể chat với nhau, có thể đăng những tâm trạng lên thanh status nhưng những tâm trạng đó có thể lưu lại chứ không bị xóa đi như Yahoo. Người dùng Facebook có thể đăng ảnh, viết bài lên face. Facebook còn sáng tạo ra group để kết nối người dùng với nhau, các trang page để người dùng đăng thông tin, ảnh trên các trang đó. Facebook kế thừa những tính năng của Yahoo nhưng sáng tạo nên những tính năng mới để tạo ra sự khác biệt vượt trội so với Yahoo.

> Facebook là mạng xã hội toàn cầu để người ta kết nối để làm bạn. Nếu tôi có điều kiện, tôi sẽ lập một mạng xã hội, để người ta kết nối nhưng không để làm bạn mà là để làm người yêu(bắt chước người khác nhưng nhìn vấn đề theo hướng người khác thường bỏ qua).

Trong xã hội Việt, mỗi con người Việt luôn chỉ biết bắt chước nhau chứ chưa hề biết sáng tạo để tạo ra những tính năng ưu việt mới cho sản phẩm. Do đó các sản phẩm của mỗi con người Việt chất lượng giống nhau, chất lượng không cao, giá cả vừa phải.

Sao bạn không tận dụng điểm yếu này, học hỏi nhưng sáng tạo thêm để có chỗ đứng trên thương trường. Sao mỗi bạn trẻ Việt không phát huy tính sáng tạo cao, làm những điều không ai nghĩ tới, làm theo cách mà đối thủ không làm và gạt bỏ những lời dèm pha sang một bên. Có như vậy mới tạo ra những cái độc đáo, khác biệt và không lo không có chỗ đứng.

C MUỐN ĐI KHÁC THIÊN HẠ THÌ PHẢI BIẾT CHẤP NHẬN HI SINH MỘT CHÚT

Người Việt tuy vô cùng chịu khó, vô cùng chăm chỉ nhưng đôi khi hay tham bát bỏ mâm, quan tâm đến cái lợi trước mắt, tính toán thiển cận trong làm ăn chứ ít khi nghĩ đến đại cục. Nếu các cách trên giúp chúng ta tìm ra điểm yếu của người khác và tận dụng lợi thế của chính mình thì cách này giúp chúng ta chủ động bắt những điểm yếu của người khác phải lộ ra và tự tạo lợi thế cho mình. Sao bạn không thử xem qua các ý kiến sau của tôi:

1 THÀ BỊ ĐUỔI CHỨ KHÔNG THAY ĐỔI LẬP TRƯỜNG

Henry Ford, một doanh nhân nổi tiếng thế giới, bởi vì tài năng, lòng quyết tâm và biết hi sinh đúng lúc. Ông cùng một vài người bạn thành lập công ty Detroit, tuy nhiên ông không tập trung vào lợi nhuận công ty mà chỉ tập trung vào việc cải tiến xe hơi chứ không bán xe. Đối với một công ty lợi nhuận là trên hết nhưng đối với ông, một người có tầm nhìn xa thì việc cải tiến sản phẩm mới đem lại lợi nhuận lâu dài quan trọng hơn là lợi nhuận trước mắt của công ty. Ông bị buộc rời khỏi công ty của mình vì điều này. Sau đó với sản phẩm cải tiến của mình ông và một vài người khác thành lập công ty Ford Motor và biến công ty này thành công ty hàng đầu thế giới.

Khi ở trong công ty cũ, đáng lý ra ông ta phải tìm kiếm lợi nhuận cho công ty nhưng ông ta lại lợi dụng cơ hội này để sáng tạo ra sản phẩm mới. Khi có sản phẩm mới, ông ta có thể tự thành lập công ty, tự tạo cơ hội làm giàu cho mình. Người trong công ty cũ nếu biết nhìn xa trông rộng chắc chắn sẽ giữ ông lại nhưng họ đã không làm được điều này.

  SAO KHÔNG BIẾT HI SINH ĐỂ TỰ TẠO CƠ HỘI.

Có một cậu bé 15 tuổi lúc đó xin làm chân loong toong trong một rạp xiếc. Chú phải đứng ở cửa rạp để chào khách. Một hôm, cậu muốn xin ông chủ cho mình bán đồ uống trong rạp. Ông chủ đồng ý với điều kiện không được làm ảnh hưởng đến rạp xiếc. Cậu muốn bán nước chanh nhưng khách hàng không ai khát nước. Cậu mua lạc và nước chanh rồi ngồi rang lạc trong nhà, vừa rang lạc vừa cho muối vào. Khi xong việc cậu mang lạc đến chỗ bán vé và rao: mua một vé được tặng một gói lạc rang đây. Cậu ta đánh vào điểm yếu muốn mua hàng miễn phí của khách. Người bán vé rất kinh ngạc, ông nghĩ rằng cậu bé có thể sẽ lỗ vốn. Trong khi đó, tiếng rao của cậu thu hút nhiều khách đến mua vé. Khi khách ăn lạc rang, điểm yếu thứ hai của khách lộ ra, họ bắt đầu khát nước và mua nước chanh. Cậu bé bán nước chanh và kiếm lời.

Để tự tạo cơ hội cho mình, sao bạn không đánh vào điểm yếu của một đối tượng nào đó trong cộng đồng, dĩ nhiên cần hi sinh một chút. Khi một điểm yếu bị đánh vào, chắc chắn một điểm yếu nào đó sẽ nảy sinh. Sao bạn không tiếp tục đánh vào điểm yếu đó và thu lợi.

Anh Nam mới vào làm trong một công ty. Anh ta tiếp xúc nhiều với giám đốc điều hành của công ty này. Nhìn bề ngoài, giám đốc điều hành của công ty là người quyền cao, chức trọng, nhưng mấy ai biết được điểm yếu bên trong của anh ta là anh ta luôn phải lo lắng, làm sao tăng lợi nhuận cho công ty. Anh Nam không thần tượng lãnh đạo, không để bề nổi của chức giám đốc điều hành chi phối mà đặt mình vào vị trí của lãnh đạo và biết rất rõ điểm yếu của lãnh đạo. Vậy là anh ta vạch ra kế hoạch lập ra một chi nhánh mới để tăng lợi nhuận cho công ty. Điều này đánh trúng vào điểm yếu của lãnh đạo. Sau khi đề xuất này được chấp thuận thì giám đốc điều hành lại băn khoăn, không biết tìm đâu ra giám đốc điều hành chi nhánh. Anh Nam biết rất rõ điểm yếu này, và tiếp tục đánh vào nó, anh Nam tự tiến cử mình làm giám đốc chi nhánh đó. Anh Nam đã được chấp thuận, vậy là từ chỗ nhân viên mới vào làm, anh Nam đã trở thành giám đốc một chi nhánh.

Nghệ thuật tư tạo cơ hội cho mình là một nghệ thuật đỉnh cao. Trong cuộc sống, bất kì đối tượng nào dù bề ngoài hoành tráng cách mấy cũng có điểm yếu, thậm chí bề ngoài hoành tráng bao nhiêu, điểm yếu bên trong càng lớn bấy nhiêu. Sao mỗi bạn trẻ Việt không đánh vào một điểm yếu, một điểm yếu khác sẽ lòi ra để ta đánh vào và thu lợi. Điều quan trọng nhất trong nghệ thuật này không phải là các đối tượng có xuất hiện điểm yếu hay không mà là sự nổi trội về trí tuệ, tài năng, cá tính và bản lĩnh của chúng ta đến mức độ nào. Yếu tố quan trọng nhất trong nghệ thuật này là trí tuệ, tài năng, cá tính và bản lĩnh của ta để tận dụng điểm yếu của đối phương còn điểm yếu thì đối tượng nào cũng có điểm yếu cả. Để hiểu thêm về nghệ thuật này, sao bạn không thử xem qua phần sau.

III

CÁCH ĐƠN GIẢN NHƯNG HIỆU QUẢ GIÚP NGƯỜI VIỆT THÀNH CÔNG HƠN.

Sao người Việt không thay óc manh mún bằng óc hướng thượng, vươn tới sự hoàn hảo.

Nếu người Việt Nam vẫn bảo thủ, độc đoán, không khoan dung trước sự thay đổi, thì làm sao lột xác và làm nên chuyện. Tôi tự hỏi sao người Việt có thể hướng thượng được nếu không bỏ những điều sau.

Sự khiêm tốn thực sự là vô cùng cần thiết. Nhưng sự khiêm tốn "bề ngoài" theo kiểu nho sinh, không thể dành cho thương nhân được. Nếu một thương nhân khiêm tốn theo kiểu hạ mình tức là đang tự giết chết trí tuệ, bản lĩnh và bản sắc của riêng mình. Mỗi học sinh, sinh viên Việt thông minh đều mang tư chất nho sinh. Trong khi ở thành thị, muốn tồn tại và khẳng định mình, sao bạn không rèn luyện tư chất của một thương nhân thay vì tư chất của một nho sinh. Vì nho sinh thường rất thiếu cá tính, trí tuệ của họ thường là trí tuệ chết (giống như trí tuệ của tôi trước kia chẳng hạn), không thể giúp con người ta tự do khẳng định mình trong xã hội, càng không thể giúp ích cho xã hội.

Những người Việt thông minh luôn muốn tránh rút dây động rừng khi thể hiện mình trong xã hội. Bạn phải hiểu rằng chỉ những người KIÊU NGẠO thực sự mới ngại phô diễn trí thông minh của mình một cách tự do, thoải mái, vì sợ người ta đánh giá mình là người phô trương, sợ mất HÌNH TƯỢNG. Người kiêu ngạo luôn sợ mất hình tượng, mất sĩ diện và cái tôi trước mắt. Để làm thương nhân sao người Việt không bắt đầu thoát dần khỏi tư chất của một nông dân.

Vì sao tôi nói mỗi con người Việt (ví như tôi chẳng hạn) là những thương nhân chưa thoát khỏi tư chất của nông dân tiểu nông. Vì nông dân thường quá trọng kinh nghiệm, quá trọng sĩ diện, quá sợ trời, ít khi tự do đề cao chính kiến cá nhân mà tôn sùng ý kiến cộng đồng, và quá nặng tâm lý an cư lạc nghiệp. Các bạn trẻ Việt không phải không hiểu điều này nhưng vì mỗi người Việt luôn phải tự giết chết cá tính cũng như tự giới hạn tài năng trí tuệ của mình để hòa lẫn với xã hội, nên chưa thể tự do thoát khỏi tư chất của một nông dân.

T. Fuller (Anh) nói: nghịch cảnh có thể khiến cho con người trở nên thông minh, dù không thể làm cho con người trở nên giàu có. Tuy nhiên thực tế ở Việt Nam thì lại khác, người Việt ức chế sự nổi trội về trí tuệ, cá tính, cái tôi của mỗi con người Việt và trì níu mỗi con người Việt.

Một con người Việt có cá tính, một sản phẩm Việt có cá tính, một doanh nghiệp Việt có cá tính mới có thể đứng vững trên thị trường hiện nay. Những sản phẩm, công ty Việt Nam không có cá tính thường dễ bị lãng quên trên thị trường và khó có thể đứng vững lâu bền. Những sản phẩm, công ty Việt Nam có cá tính thường được tạo ra bởi những con người Việt có cá tính. (Có người còn nói vui: một người đàn bà không có cá tính có nguy cơ chồng tìm kiếm bồ nhí cao hơn các người đàn bà khác.) Sao mỗi bạn trẻ Việt chúng ta không bắt đầu trân trọng bản thân, trân trọng bản tính, từ đó sản sinh ra cá tính, thông quá cá tính để phát triển sở trường, cống hiến cho xã hội. Người có cá tính sẽ đi theo con đường của riêng họ.

Chỉ có con đường gập ghềnh chưa từng có người đi vào mới là con đường của thiên tài.

Blake (Anh)

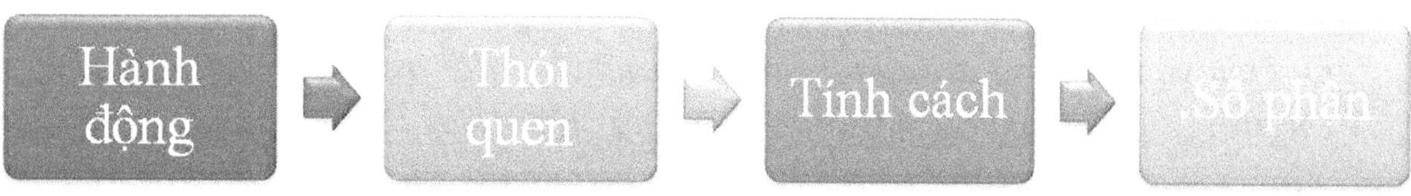

Chỉ khi các bạn trẻ Việt bắt đầu có tư duy độc lập, có tính quyết đoán, có ý tưởng, chính kiến riêng và khi cần thiết sẵn sàng đi ngược lại nhận thức và quy luật thông thường. Khi đó họ sẽ tự điều khiển được số phận của mình và mới có thể làm được những điều sau:

Kinh doanh là chính là sáng tạo ra những cái mới chứ không hẳn vì tiền.

Sao mỗi bạn trẻ Việt không bắt đầu nhìn thấy những gì người khác không thấy, từ đó tự do nảy sinh những ý tưởng sáng tạo mới. Không có gì là không thể… sao bạn không tưởng tượng ra một thực tế khác ngoài những gì xã hội đang có, gạt ra ngoài tất cả những ý niệm về logic và tính khả thi, tại sao bạn không nhận thức những điều không thể làm bằng những phương thức có thể làm. Một trong những đặc trưng tệ nhất của tôi trước kia và của mỗi bạn trẻ Việt là nhắm mắt đi theo những điều đã biết, đã có, tỏ thái độ rụt rè và chống lại những thứ mới. Sao mỗi bạn trẻ Việt ta không thách thức những điều đã biết, đã có và mở rộng ra những cái mới, những cái chưa biết, thậm chí thay đổi đất nước Việt Nam này.

Khi hành động sao mỗi bạn trẻ Việt không bắt đầu gạt bỏ mọi lo lắng, vì một khi có sáng kiến kinh doanh độc đáo và hái ra tiền, cộng với sự tận tâm, tận lực, rủi ro bây giờ sẽ nhỏ dần. Để có thể mạnh dạn, quyết đoán sao mỗi bạn trẻ Việt không thử xem qua phần IV. Điều quan trọng nữa là sao mỗi bạn trẻ Việt không bắt đầu thành thật với chính mình, không bị người ngoài chi phối, phát triển ý tưởng sâu thẳm bên trong mình mà không sợ bị người khác bắt chước và hơn mình. Người Việt thường có nhu cầu giấu giếm rất lớn. Nhiều người Việt, có lẽ vì muốn mình là độc nhất nên có nhu cầu giấu giếm những cái độc đáo của riêng mình. Trên thương trường, chúng ta chiến thắng chính mình chứ không ai khác. Nếu để người khác vượt hơn, tức là đã để thua chính mình chứ không thua ai cả.

Cũng giống như tôi trước kia, nhiều người Việt muốn thoát khỏi cảm giác sống trong cảnh nghèo, bằng cách là họ kiếm củi ba năm, thiêu một giờ để tận hưởng một chút "ung dung" của cuộc sống. Họ có thể nhịn tiêu nhiều tháng lương để mua một chiếc xe máy để khoe với bạn bè. Nhiều người sau khi có được một chút thành tựu trung bình, họ thường tự mãn và bắt đầu một cuộc sống "ung dung". Nhiều bạn trẻ Việt con của gia đình khá giả thường "ngầm" tự mãn với thành tích trung bình của gia đình mình và mang tâm lý ảo tưởng vĩ cuồng rằng mình đang sống một cuộc sống vương giả(giống như tôi chẳng hạn).

Tôi tự hỏi sao những con người này không luyện óc hướng thượng bằng sự mơ mộng thay vì đắm chìm trong ảo tưởng vĩ cuồng rằng mình đang sống cuộc sống vương giả. Thà rằng người Việt chúng ta tự do sống trên mây nhưng biết mình đang ở đâu, còn hơn sống trên mặt đất mà ngỡ là mình sống trên thiên đường. Sự mơ mộng là mơ về những thứ tốt đẹp nhưng vẫn ý thức được vị trí của mình ở hiện tại còn ảo tưởng là không ý thức được vị trí của mình ở hiện tại. Mỗi bạn trẻ Việt chúng ta có nên sợ trí tưởng tượng hay không. Cá nhân tôi nghĩ bạn sẽ trả lời là không.

Sau khi có những ý tưởng sáng tạo thì làm sao tránh những rủi ro khi đem ra thị trường. Thực ra cách duy nhất để tránh rủi ro là sản phẩm càng độc đáo càng tốt, thậm chí là độc nhất, đem lại lợi ích lớn, thậm chí là không thể thay thế. Khi đó chúng ta có thể tăng quy mô kinh doanh mà không quá sợ rủi ro. Chỉ cần bạn làm việc tận tâm và luôn nghĩ cho người khác thì bạn sẽ tránh tối đa rủi ro. Nhiều người Việt nghĩ kinh doanh những gì phổ biến, quen thuộc sẽ giúp họ an toàn nhưng thực chất sự an toàn này chỉ là nhất thời, ảo tưởng. Cơ sở làm ăn như vậy sớm muộn gì cũng bị thị trường lãng quên và đào thải như cửa hàng vi tính của tôi ngày trước. Ở thành thị thậm chí có những bạn trẻ Việt không muốn lao vào kinh doanh mà chỉ muốn làm công ăn lương, đây là tầng lớp chịu rủi ro lớn nhất.

Phương thức làm giàu ở ngay trong tay(những tài sản mà ta có được hoặc thừa hưởng được), ngay dưới chân(những phương thức mà bà con, chòm xóm ta đã từng làm giàu), ngay trong đầu(những ý tưởng, khả năng thiên bẩm) của mỗi bạn trẻ Việt chúng ta. Sao mỗi bạn trẻ Việt không bắt đầu lấy nó ra và tự do biến chúng trở nên tuyệt vời. Nếu dưới chân bạn chưa có gì thì tại sao bạn không học hỏi ở nơi khác, còn nếu trong đầu ta chưa có gì thì sao bạn không học hỏi từ người khác hoặc tự do sử dụng trí tưởng tượng để tưởng tượng ra những ý tưởng độc đáo.

Do chịu ảnh hưởng của tư tưởng xã hội phong kiến xưa, muốn có công danh, địa vị xã hội, để làm cha mẹ thiên hạ, để ra oai với thiên hạ, để rạng danh mình và dòng họ, người Việt (ví như tôi chẳng hạn) khi đặt mục tiêu thường bị thói "mê (hư)công danh" và thói "cuồng địa vị", che mắt. Cái "công danh, địa vị" thường mang lại cho con người ta tâm lý ảo tưởng vĩ cuồng. Người non nớt thường không giữ được tâm thế bình thường trước công danh, một bộ phận có thái độ kinh sợ danh lợi, xem nó là nguồn gốc của mọi đau khổ, một bộ phận khác lại coi nó như thiên đường và có nó bằng mọi giá. Những người thông minh thường có tư duy lớn và thường xem "công danh" là thứ rất bình thường, chẳng khác gì chiếc áo, chiếc mũ trang trí. Chỉ có cái đầu, và đôi bàn tay tức là trí thông

minh và hành động của ta mới là quan trọng. Như vậy, họ rất ung dung, không hoảng loạn trên con đường đầy thử thách, sóng gió, không áp lực, không lầm tưởng người đời cười cợt mình nếu mình làm sai.

Nhiều bạn trẻ Việt học giỏi, bằng cấp cao. Tuy nhiên họ mang tư chất nho sinh và thiếu năng động, do đó họ hay lý tưởng hóa sự đời, thường có những mục đích, lý tưởng cho riêng cuộc đời mình. Nhưng những ước mơ của họ thường hơi cao xa, không có thực hay vượt quá tầm tay của họ. Họ có thể có nhiều kế hoạch thực hiện mục tiêu nhưng tính khả thi rất ít. Họ có thể nản chí và không đi đến cùng để thực hiện ước mơ. Sao họ không bắt đầu có những suy nghĩ sâu xa hơn nếu muốn thành công.

Cách nghĩ của người làm ăn nhỏ- mục đích chỉ muốn công danh, muốn địa vị xã hội

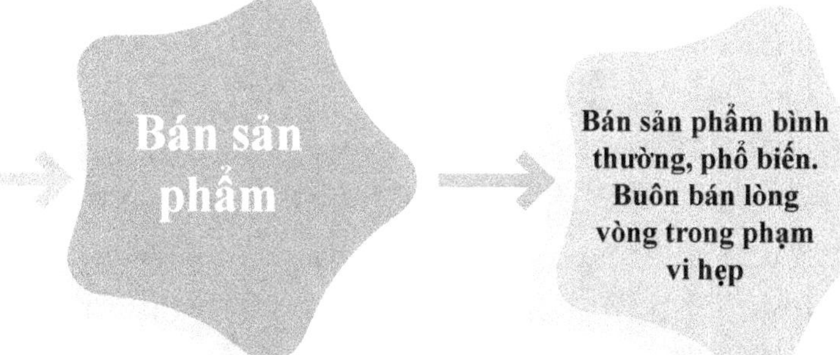

Nhiều doanh nhân, bạn trẻ Việt khi lập nghiệp, cứ mười người thì tám người thường lý tưởng hóa sự đời, muốn công danh, rồi mới đặt mục tiêu trở thành doanh nhân thành đạt rồi mới nghĩ xem mình sẽ kinh doanh cái gì, bán thứ gì, và đi theo quy trình này. Đây là lý do vì sao người Việt thường kinh doanh thứ phổ biến, buôn bán lòng vòng trong phạm vi hẹp, sản phẩm không có gì nổi bật và thường dễ bị thị trường lãng quên.

Bản chất của kinh doanh là đem lại lợi ích cho người khác, vậy mà một số bạn trẻ Việt kinh doanh có thể chỉ vì mê công danh, cuồng địa vị, để được làm giám đốc, để làm cha mẹ thiên hạ, để ra oai với thiên hạ. Nguyên nhân là vì người ta chỉ đặt nặng công danh chứ không hề đặt nặng sản phẩm nên thường bán những sản phẩm phổ biến, thiếu cá tính thay vì tập trung phát triển sản phẩm. Bạn có biết người sáng lập Honda không ngồi máy lạnh, mặc veston mà ra ngoài nhà máy làm việc với mấy trăm kĩ sư.

Hơn nữa khi bạn đi theo phương pháp trên, nếu có thành tựu nào đấy, bạn cũng dễ tự mãn và mang tâm lý ảo tưởng vĩ cuồng vì mục đích chỉ là công danh mà thôi. Và người ta sẽ gặp nhiều thất bại nếu đi theo phương pháp này. Nếu đi trên phương pháp trên, người ta dễ thất vọng nặng nề và đau khổ, khi mà những lý tưởng và giấc mơ tan vỡ. Sản phẩm người Việt phổ biến, thiếu cá tính, có lẽ cũng vì vậy mà để tồn tại, nhiều nơi hành động theo nguyên tắc: "chữ tín không quan trọng, chiến thắng mới là tất cả".

Bất kì ai cũng có lợi thế của riêng mình nhưng lợi thế rồi cũng có lúc tàn phai theo thời gian hoặc lợi thế sẽ trở nên vô dụng hoặc biến thành bất lợi khi hoàn cảnh thay đổi. Do đó thay vì lý tưởng hóa sự đời, sao bạn không vượt qua tính ích kỉ, chia sẻ lợi thế thiên bẩm của bản thân cho cộng đồng, thể hiện tinh thần trách nhiệm với

cộng đồng, và gặt hái được nhiều giá trị thực tế hơn. Người Mường có một sản phẩm là thịt chua. Cô gái Nguyễn Thị Thu Hoa đã không ích kỉ, chia sẻ sản phẩm này cho cộng đồng và khởi nghiệp thành công. Sao các bạn trẻ Việt không:

Cách nghĩ của người làm ăn lớn - thường xem công danh, địa vị chỉ là thứ yếu

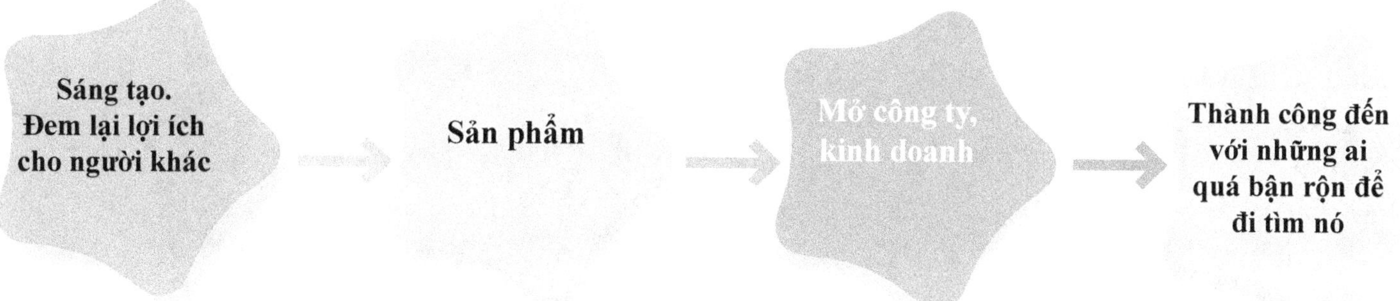

Người kinh doanh giỏi chỉ quan tâm đến sản phẩm. Kinh doanh chỉ là phương thức để phổ biến những thứ đó ra cộng đồng, công chúng mà thôi. Người doanh nhân giỏi không thành lập công ty vì công danh, địa vị mà họ xem công ty chỉ là công cụ để đem sản phẩm ra công chúng. Họ dường như không quan tâm đến công danh địa vị. nhưng công danh, địa vị đến với họ một cách tự nhiên. Thành công thường đến với những ai quá bận rộn để đi tìm nó.

Tại sao mỗi bạn trẻ Việt không rút kinh nghiệm từ tôi, quan tâm đến những thứ mình có năng khiếu, có hứng thú, đam mê. Sản phẩm chỉ là kết quả của năng khiếu và sự hứng thú, đam mê.

Bản chất của lối sống thành thị là đem lại lợi ích cho người khác, chia sẻ lợi ích của mình cho người khác. Kể cả khi bạn làm công ăn lương, bạn cũng đang chia sẻ lợi thế của mình cho người khác, nhưng lợi thế đó là lợi thế phổ biến, giống lợi thế của bao người khác. Bất kì ai cũng có lợi thế riêng đáng để kiêu hãnh. Nhưng lợi thế rồi cũng có lúc tàn phai theo thời gian hoặc trở nên vô dụng hoặc biến thành bất lợi khi hoàn cảnh thay đổi. Sao ta không cân bằng lợi ích giữa bản thân với cộng đồng, thay vì kiêu hãnh về lợi thế của bản thân, mang tâm lý ảo tưởng vĩ cuồng rằng mình là trung tâm nhờ vào lợi thế của bản thân và lý tưởng hóa sự đời. Một khi lợi ích của bạn chinh phục được cộng đồng, thành công sẽ đến với bạn lúc nào không hay.

Người Do Thái thường nói "phụ nữ" và "cái miệng" luôn là nguồn tài nguyên trên thương trường. Người Do Thái thường ưu tiên đáp ứng nhu cầu của phụ nữ hơn nhu cầu cái miệng. Chúng ta có nên bắt chước nguyên si người Do Thái và mang tâm lý ảo tưởng vĩ cuồng rằng tài trí của chúng ta không thua kém họ hay không. Cá nhân tôi nghĩ bạn sẽ trả lời là không. Sao mỗi bạn trẻ Việt chúng ta không ưu tiên đáp ứng nhu cầu "cái miệng" hơn nhu cầu "phụ nữ" vì nó phù hợp với khả năng chúng ta hơn. Sao các bạn không tự do tập trung vào cái có thể làm và biến chúng trở nên tuyệt vời.

Khác với ở phương Tây, trong vực thẳm nghèo khổ, một người Việt leo lên, chắc chắn sẽ bị người khác trì níu xuống. Sao bạn trẻ Việt không xem qua ý kiến này : người có ý tưởng độc đáo sau khi đi tiên phong, sao ta không bỏ qua tính "khiêm tốn – giấu tài" đặc trưng của Nho giáo. Cái "giấu tài" này rất tai hại, nó thể hiện sự ích kỉ chứ chả tốt đẹp gì. Chúng ta tốt hơn là giúp đỡ người khác thành công như bạn. Đây là cách duy nhất để bạn không bị người xung quanh trì níu.

Hoặc có một cách khác là hợp tác cùng nhau để cùng leo lên. Các bạn trẻ Việt(ví như tôi chẳng hạn) nhiều khi rất thiếu tính quyết đoán, tâm hồn còn đồng nhất với cộng đồng. Có thể các bạn chưa khám phá ra rằng: người đời có thể hoài nghi, dò xét bạn, tuy nhiên… Tin tôi đi! Họ không thể làm gì được bạn, thậm chí còn làm theo bạn nếu bạn thành công. Hơn nữa nếu người đời có ganh ghét đố kị thì chỉ chứng tỏ họ đang bất lực. Người đời thường vị kỉ, hà cớ chi chúng ta phải vì họ mà đánh mất tương lai của chính mình.

Muốn thoát tư chất của một nông dân, các bạn trẻ Việt cần TỰ DO:

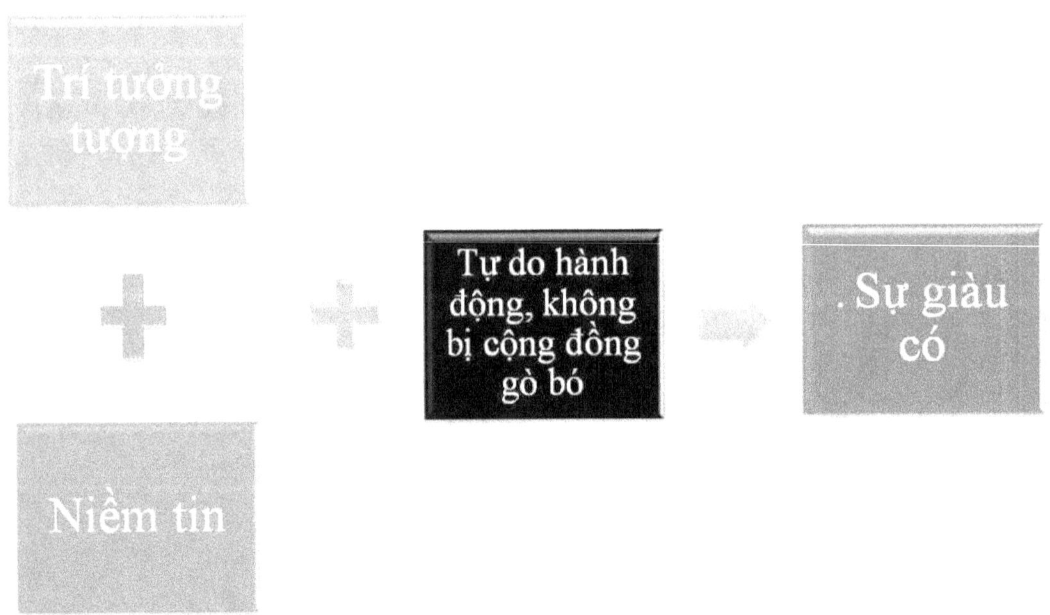

Mọi thành tựu về vật chất, tinh thần trong thời kì hiện đại đều xuất phát từ sự TỰ DO, tự do sáng kiến, tự do tưởng tượng, mơ mộng cộng với sự tự do **táo bạo và phá cách**. Điều này chỉ có ở những người có tư duy độc lập, tự do thể hiện cá tính, quyết đoán và tự do thể hiện mình, không quan tâm quá nhiều đến sĩ diện cũng như cái tôi trước mắt.

Nếu mỗi bạn trẻ Việt tự do tưởng tượng và thể hiện sáng kiến mà người xung quanh lại nghĩ người đó đang hoang tưởng thì có nghĩa là trình độ hiểu biết của người xung quanh không hề cao.

Tiếp sau cái Tự Do, các bạn trẻ Việt cần điều gì. Trong xã hội Việt, có bộ phận người tham vọng thành công mà chưa có năng khiếu hoặc đam mê sản phẩm nào. Đây là bộ phận chiếm số lượng lớn trong xã hội Việt. Họ manh nha kiếm những cách kinh doanh của riêng mình. Có người thành công vừa, có bạn thành công nhỏ, có bạn thất bại. Sao mỗi bạn trẻ Việt này không trở thành các ông chủ. Cụ thể ra sao, sao mỗi bạn trẻ Việt không thử xem qua tiếp phần IV. Cũng có một bộ phận lao vào canh bạc đỏ đen (**ví như tôi chẳng hạn**) để tìm kiếm thêm hi vọng trong cuộc đời đầy tuyệt vọng. Sao những người này không trở thành nhà đầu tư giỏi. Những nhà đầu tư thường bỏ qua tính khiêm tốn - sợ sai (mà sợ sai là một phần biểu hiện của sự kiêu ngạo), đầu tư vào ý tưởng của người khác. Để biết chắc rằng mình đang đầu tư vào một ý tưởng kinh doanh tốt tại sao bạn không đặt mình vào vị trí người tiêu dùng và đánh giá sản phẩm kinh doanh đó. Nếu sản phẩm đó chinh phục được bạn một cách thuyết phục thì nó sẽ chinh phục được thị trường và bạn sẽ thành công.

Nếu xã hội Việt Nam minh bạch và đáng tin cậy hơn, tôi sẽ lập một trang web nơi người có tiền nhàn rỗi và các chủ doanh nghiệp có thể gặp nhau, hợp tác để kiếm lời và thành công.

IV. NGHỆ THUẬT GIÚP NGƯỜI VIỆT LÀM ĂN LỚN HƠN

LÀM ĂN LỚN NHƯ THẾ NÀO

Trên thế giới có hai siêu cường là Mỹ và Trung Quốc. Biểu tượng của người Trung Quốc là con rồng, biểu tượng của người phương Tây(trong đó có Mỹ) là con sư tử. Người Trung Quốc thường dạy nhau: "kiên trì bền chí" rồi sẽ có ngày hóa rồng. Còn người phương Tây thì không kiêu ngạo ngầm như vậy mà quảng đại hơn, họ đoàn kết, sẵn sàng chia sẻ lợi ích cho nhau như loài sư tử. Người Trung Quốc thường quan niệm tạo cho mình một cơ đồ. Cơ đồ của họ có quy mô toàn nước Trung Quốc, như vậy đã là rất lớn đối với sức lực của một con người.

Còn người Mỹ thì quan niệm tự do theo đuổi sáng kiến, đam mê, thay đổi thế giới. Một khi tự do theo đuổi đam mê, người Mỹ sẽ tự khắc kiên trì, bền chí, do muốn thay đổi thế giới nên cơ nghiệp của người Mỹ có quy mô toàn cầu.

Trong tự nhiên, có hai loài chúa tể sơn lâm là hổ và sư tử. Sự khác biệt lớn nhất giữa hai loài này là hổ tồn tại dựa vào nỗ lực của bản thân, còn sư tử tồn tại cũng dựa vào nỗ lực của bản thân nhưng cộng thêm tính quảng đại, sống theo nhóm, bù đắp khiếm khuyết cho nhau.

Là một dân tộc Á Đông, người Việt thường sống theo cách sống của loài hổ: dựa vào nỗ lực của bản thân để thành công. Bên cạnh đó, người Việt chịu ảnh hưởng rất lớn của văn minh Trung Hoa nên mỗi bạn trẻ Việt thường được dạy: chỉ có nỗ lực và kiên trì mới thành công. Trong cách nghĩ của người trung hoa, người ta thường tự giới hạn trí thông minh, chính kiến, cá tính của mình nhưng bù lại họ kiên trì bền chí để đạt thành công. Tuy nhiên thực tế đã chứng minh người Việt và người Trung Hoa đều không thành công bằng người phương Tây- vốn tôn sùng loài sư tử. Tại sao mỗi bạn trẻ Việt không theo cách nghĩ của người phương Tây, tự do theo đuổi đam mê, việc mình có sở trường, Quảng Đại và Đoàn Kết.

Người phương Tây thành công nhanh hơn, thành tựu lớn hơn người Á Đông. Nguyên nhân là vì sao. Mỗi bạn trẻ Việt có thể có được thành tựu lớn hay không. Thưa bạn, có được thành tựu lớn, dễ lắm, sao bạn không thử xem qua một số ý kiến ở các phần sau.

MỘT TRONG NHỮNG ĐIỀU ĐAU LÒNG VỀ THỜI ĐẠI CỦA CHÚNG TA ĐÓ LÀ NGƯỜI CẢM THẤY CHẮC CHẮN LẠI LÀ NGƯỜI DỐT NÁT, VÀ NGƯỜI CÓ HIỂU BIẾT VÀ KHẢ NĂNG SÁNG TẠO LẠI TRÀN ĐẦY HOÀI NGHI VÀ DO DỰ.

(BERTRAND RUSSELL).

Có ai từng giống như tôi, có sáng kiến nhưng lại không đủ can đảm và tự tin để đưa nó ra thực tiễn. Tôi nghĩ các bạn trẻ Việt, ai cũng có thể có sáng kiến của riêng mình nhưng không phải ai cũng đủ can đảm và tự tin đưa nó ra thực tiễn. Hai nhà khoa học Kruger và Dunning đã chứng minh người thông minh thì tự ti, người ít thông minh thì hay tự tôn bản thân.

Một anh bạn rất giỏi về ô tô, có tham vọng mở một tập đoàn ô tô nhưng điều chắc chắn là anh ta sẽ sợ sai, không dám làm, đây là hiện tượng bình thường vì người có tài, có tham vọng thường sợ sai, do dự, do đó để thành công anh ta bắt buộc phải liên kết với các anh bạn đầu tư, người không có tài về ô tô nhưng có tham vọng.

Thậm chí phần vốn hùn của anh ta có thể nên nhỏ hơn các nhà đầu tư để đỡ áp lực, để toàn tâm toàn ý theo đuổi đam mê. Rủi ro bây giờ cứ để các nhà đầu tư gánh, anh ta nên hạ thấp cái tôi vì mình bên trong, chia sẻ lợi ích với các nhà đầu tư. Anh ta cũng nên liên kết với những nhà khoa học, kĩ sư để họ giúp mình thành công nhanh hơn. Một bên mượn "trí tuệ" của người khác để làm giàu, một bên mượn "nguồn lực" và "sự tự tin" của người khác để thành công. Trong xã hội, có tài nhưng không có tham vọng thường trở thành nhà khoa học, kĩ sư… và tạo ra những thành tựu, giúp cho người khác và chấp nhận rằng tài năng của mình nhằm phục vụ lợi ích cho người khác mặc dù lợi ích mình nhận về sẽ không bằng người khác. Người có tài, có tham vọng thì cần liên kết với người khác để thành công.

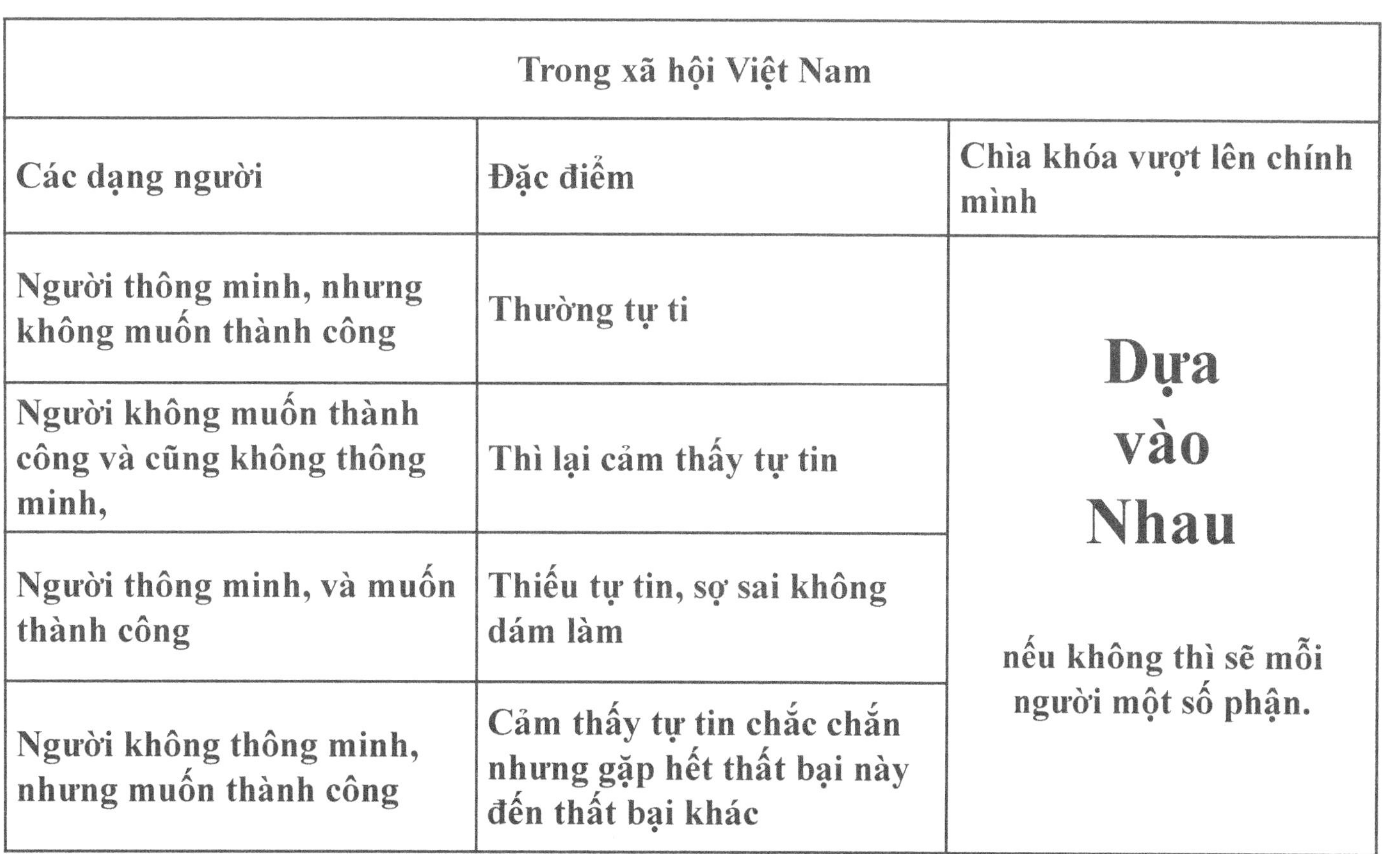

Trong xã hội Việt Nam		
Các dạng người	Đặc điểm	Chìa khóa vượt lên chính mình
Người thông minh, nhưng không muốn thành công	Thường tự ti	**Dựa vào Nhau** nếu không thì sẽ mỗi người một số phận.
Người không muốn thành công và cũng không thông minh,	Thì lại cảm thấy tự tin	
Người thông minh, và muốn thành công	Thiếu tự tin, sợ sai không dám làm	
Người không thông minh, nhưng muốn thành công	Cảm thấy tự tin chắc chắn nhưng gặp hết thất bại này đến thất bại khác	

Ở Nhật Bản, giới trẻ Nhật Bản thường thành lập các công ty gia đình bao gồm vợ, chồng, anh, em liên kết và dựa vào nhau, bù đắp khiếm khuyết cho nhau.

Một số người Việt thường trọng kinh nghiệm hơn là những ý tưởng sáng tạo. Trong giới trẻ Việt có những dạng người khác nhau, có ưu điểm và nhược điểm riêng. Do khó kết dính, các dạng người này phải tự lực cánh sinh, họ sẽ mắc phải sai lầm và thất bại do nhược điểm của mình: người có tài, có tham vọng sẽ thất bại vì sự thiếu tự tin của họ còn người có tham vọng nhưng không có tài càng gặp nhiều thất bại hơn. Thành công của họ nếu có thường ở mức vừa nhưng như vậy đã là lớn với sức lực của một con người.

Do đó họ thường truyền lại kinh nghiệm cho thế hệ sau, để thế hệ sau không mắc phải sai lầm giống như mình. Người Việt thường thỏa mãn khi ở mức độ nào đó vì quá vất vả khi gầy dựng sự nghiệp và dễ đi vào cái bẫy "không ai giàu ba họ, không ai khó ba đời". Dẫu cho có chính kiến, đam mê riêng nhưng nhiều lúc người Việt cũng ít khi làm theo chính kiến vì sợ sai, sợ thất bại, do không có ai bù đắp nhược điểm cho mình. Vì vậy họ thường làm những việc phổ biến. Chỉ khi con người ta gắn kết lại, bỏ qua tính khiêm tốn (nhưng ích kỉ), cái tôi vì mình bên trong, người ta sẽ khỏa lấp nhược điểm cho nhau, người ta sẽ phát huy cái tôi, bản sắc ra bên ngoài, tha hồ sáng tạo, có ý tưởng của riêng mình.

Cái gì đang cản trở người Việt đoàn kết, bù đắp khuyết điểm cho nhau trong làm ăn. Như tôi đã nói ở phần III, khi cái tôi bên ngoài bị phủ định, để bù đắp lại, người Việt sẽ đề cao cái tôi bên trong. Do đó có các biểu hiện kiêu ngạo "ngầm", mang tâm lý ảo tưởng vĩ cuồng, nghĩ mình là trung tâm, đối với với người thông minh, còn đối với những người khác thì chống đối tự phát tập thể, bảo vệ mình quá mức, và ích kỉ "ngầm".

Khi nghĩ mình là trung tâm, nhiều người Việt thông minh khó gắn kết để làm nên nghiệp lớn, và chúng ta chưa hề đứng cao trên vũ đài thế giới. Tôi tự hỏi sao bạn trẻ Việt Nam không bỏ qua tính khiêm tốn - vì mình, cái tôi ngầm bên trong, gắn kết lại, bù đắp khiếm khuyết cho nhau vì sự sống còn của mình và của người khác. Sao chúng ta không chiến thắng bổn tính độc đoán, bảo thủ, không khoan dung trước sự thay đổi bên trong để bắt đầu luyện thói quen nghĩ lớn.

Bản chất của việc làm việc lớn là **mượn trí và lực** của người khác.Gắn kết lại, mượn trí và lực của nhau, bù đắp khiếm khuyết cho nhau vì sự **sống còn** của mình và của người khác. Nếu bạn có tài, không có tham vọng sao bạn không chia sẻ bí quyết thành công với người tham vọng nhưng không có tài, nếu bạn không chia sẻ, bí quyết, tài năng của bạn sẽ như cục vàng cất trong kho, chẳng ai biết, chẳng ai dùng. Còn nếu bạn có tham vọng nhưng không có tài sao không trở thành những nhà đầu tư hoặc những ông chủ nhưng nên **biết điều** một chút. Sao mỗi bạn trẻ Việt không bắt đầu bỏ qua cái tôi ngầm bên trong và chấp nhận làm việc với người tài năng hơn mình, chấp nhận người ta có thể lấn lướt và đưa ra những quyết định có thể không hợp với mình. Còn khi bạn có tài và có tham vọng nên liên kết với người khác.

114

> **Biết cách mượn trí và lực của người khác mới là sự thông minh trên tất cả các sự thông minh khác.**

Sao mỗi bạn trẻ Việt không thử xem qua một ví dụ. Có một anh bạn trẻ rủ thêm hai anh bạn khác đi đánh cá. Sau khi đánh cá xong, anh bạn này dành hết một nửa số cá và chia số cá còn lại cho hai người kia. Đến hôm sau, hai người kia bất mãn và không muốn đánh cá cùng người này nữa. Cuối cùng anh bạn này chẳng có cá để ăn vì anh ta không thể một mình giăng lưới. Anh ta bắt đầu hối hận, nếu như chia đều số cá cho cả ba người thì có lẽ bây giờ anh ta sẽ tiếp tục có cá ăn.

Tôi từng làm việc cho một công ty Việt. Chủ của công ty này mắc chứng cuồng địa vị để ra oai với người khác nên thâu tóm tất cả: "tiền bạc", "quyền lực", "địa vị" trong khi nhân viên chỉ được hưởng một số ít lương. Khi đó, nhân viên thường làm không hết sức vì họ không có nhiều quyền lực, tinh thần trách nhiệm không quá cao vì không có địa vị nên không khẳng định được cái tôi của mình. Họ thay vì làm việc để cống hiến thì làm việc chỉ để lĩnh lương. Và họ sẵn sàng chuyển sang chỗ làm khác nếu chỗ đó có chế độ ưu đãi tốt hơn. Chủ doanh nghiệp vì thâu tóm "tiền bạc", "địa vị", "quyền lực" nên luôn trong tình trạng một mình gánh vác cả sơn hà. Do đó anh ta rất có thể sụp đổ trong nay mai hoặc khó có thể mở rộng cơ nghiệp. Doanh nghiệp của anh ta khó có thể lớn mạnh và đứng vững lâu dài. Đây là trường hợp của đa số doanh nghiệp Việt. ***Do đó, có rất ít doanh nghiệp Việt khởi nghiệp thành công và lớn mạnh. Đa số doanh nghiệp lớn ở Việt Nam thường là doanh nghiệp nhà nước hoặc doanh nghiệp nhà nước sau đó cổ phần hóa cho tư nhân.***

Một câu chuyện khác. Một người thành lập doanh nghiệp, cùng với nhân viên. Anh ta chỉ lấy tiền bạc và anh ta trao địa vị quản lý cho những người có tài lãnh đạo nhưng chưa hẳn có tài chuyên môn cao. Quản lý lại trao quyền lực cho những người thông minh, có tài chuyên môn nhưng không có địa vị trong công ty. Những người quản lý, có địa vị trong công ty đôi khi cũng xin những lời tư vấn từ nhân viên để lập chiến lược. Nhân viên đôi khi là người đưa ra quyết định còn giám đốc mới là người thực thi.

Trong cuộc sống, sở thích bản năng của con người là được làm theo ý mình. Nếu ai biết khéo léo tạo được cho nhân viên của mình cảm giác thế chủ động, biến họ từ vị trí nhân viên thành chủ nhân thì sẽ đạt được sự ủng hộ của họ, bắt họ gánh vác công ty thay cho mình. Nếu quản lý tạo cho nhân viên cảm giác họ chính là một phần chủ nhân của công ty thì thành công sẽ ngoài sức tưởng tượng. Doanh nghiệp của anh ta tồn tại lâu, địa vị của những vị lãnh đạo luôn luôn bền vững và họ không bao giờ hối hận về việc làm của mình.

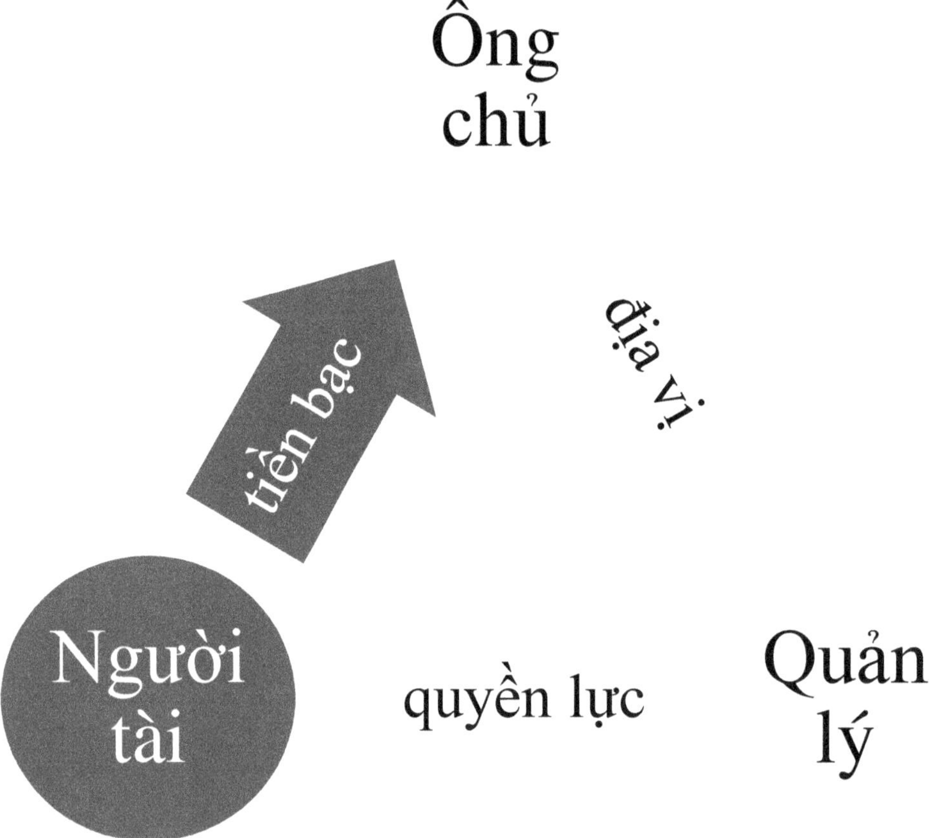

Có người thắc mắc, sao không để người tài làm chức quản lý luôn. Người tài thường hay có tật, nên nhiều lúc khó có thể làm quản lý. Quản lý có thể điều khiển những nhân viên bình thường nhưng đối với người tài, quản lý nên cho họ một số không gian nhất định, quyền hạn và sự tự do nhất định để họ phát huy hết năng lực. Hơn nữa tài quản lý khác với tài năng chuyên môn.

DỄ GÌ TRAO QUYỀN LỰC VÀ ĐỊA VỊ CHO NGƯỜI KHÁC

Có một câu chuyện như sau. Khi quân Mông Cổ xâm lược đế quốc Kharesm, hai hoàng tử Djelal- Ed din và Ouslag đều tham gia kháng chiến. Djelal- Ed- Din là người cương quyết, can trường nhưng bọn tướng lãnh lại ủng hộ vị hoàng tử nhu nhược Ouslag vì khi theo Ouslag họ được tự do thao túng. Cuối cùng cả hai vị hoàng tử đều thất bại. Bài học rút ra ở đây là, khi cần thiết bạn nên cương quyết, can trường nhưng ngày thường cũng nên giả vờ hồ đồ để người tài cấp dưới tự do phát huy tài năng của mình. Để làm được điều này, con người ta cần có tính quảng đại.

Với cách làm trong sơ đồ "kiềng ba chân" trên, cả 3 thế lực đều mượn trí và lực của nhau: người tài mượn thế lực của ông chủ để khẳng định mình, ông chủ mượn trí tuệ của người tài để kiếm tiền, quản lý mượn thế lực của ông chủ và trí tuệ của người tài để củng cố địa vị. Sự dựa dẫm vào nhau kiểu như thế này thường tôn trọng sở trường và cái tôi của mỗi cá nhân. Sở trường và cái tôi cá nhân được khẳng định. Ai cũng ý thức được vai trò của mình và không mang tâm lý ảo tưởng vĩ cuồng khi đánh giá về mình. Người Việt như vậy có thể dựa vào nhau để bù đắp khiếm khuyết cho nhau thay vì làm việc theo kiểu cá mè một lứa xưa nay. Người Việt thường nói: quan nhất thời, dân vạn đại. Nếu người có địa vị không chia sẻ bớt quyền lực cho nhân viên thì sự nghiệp và địa vị cũng biến mất.

Văn hóa Việt Nam là văn hóa dân chủ. Nó khác với tính tôn ti của người Hàn và tính kỉ luật của người Nhật. Người trẻ tuổi Việt(đặc biệt là học sinh Việt Nam) có sẵn sự lì lợm, dám đương đầu và ngạo nghễ. Văn hóa Việt Nam không quá đề cao cấp trên như người Hàn và người Nhật. Xã hội Việt Nam "phẳng" hơn xã hội Hàn Quốc, Nhật Bản. Nếu sự dân chủ này phát huy theo hướng tích cực, điều này có thể khuyến khích chính kiến, ý tưởng cá nhân và vô cùng có lợi trên thương trường. Chỉ cần lợi thế này phát triển cao hơn nữa, nhân viên có chính kiến, ý tưởng riêng, sẵn sàng phản biện sếp, cấp dưới sẵn sàng sửa sai cấp trên, ***đây sẽ là điểm khác biệt độc đáo của người Việt…***

Nếu người Hàn đi lên nhờ ý chí và tính kỉ luật, sao người Việt không đi lên nhờ thông minh, nhận thức cao và tính tự giác. Tuy nhiên trí tuệ của người Việt có phải là quá nổi trội so với dân tộc khác hay không. Sự thật là không. Sự thông minh mà tôi muốn nói ở đây là sự thông minh của mỗi cá nhân người Việt so với tập thể.

Tôi nhắc lại bản chất của việc làm đại sự là mượn trí và lực của người khác. Tuy nhiên không ai cung cấp bữa ăn miễn phí cho ta, cũng không ai muốn người khác ăn chặn của mình. Để người tài phục vụ, ta cần thỏa hiệp với cái tôi của chính mình và thỏa hiệp với họ, tìm ra lợi ích chung giữa hai bên. Khi những con người tâm huyết không bị ràng buộc bởi tiền bạc, họ chỉ muốn có cơ hội để làm rạng rỡ giá trị của họ, có dịp để tiến tới và khẳng định giá trị của mình.

Một bộ phận giám đốc, quản lý doanh nghiệp trẻ tuổi ở Việt Nam vì muốn chứng tỏ mình thường mắc sai lầm nghiêm trọng khi chú trọng cái tôi của họ mà không tạo điều kiện để nhân viên khẳng định cái tôi của mình và làm việc sáng tạo. Kiểu lãnh đạo này rất thích hợp với môi trường quân sự, không thích hợp với môi trường kinh tế. Điều này đã bóp nghẹt khả năng hoạt động của nhân viên, khiến nhân viên phải ép mình làm việc và chống đối ngầm sau lưng lãnh đạo. Nhiều giám đốc trẻ Việt tuy có tâm huyết nhưng thường lầm to khi nghĩ rằng vị trí lãnh đạo là vị trí để họ khẳng định cái tôi của mình. Họ thích sai bảo, dùng quyền lực răn đe hơn là khuyến khích nhân viên, họ thường tiết kiệm những lời khen đối với những tấn tới dù là nhỏ nhất của nhân viên. Họ nghĩ rằng: tôi có tài, thông minh, lại đang ở chức giám đốc, hà cớ chi tôi phải hạ mình trước nhân viên, đây là vị trí xứng đáng với tài năng của tôi và tôi có quyền khẳng định mình ở đây. Đây là tính KIÊU NGẠO và non nớt thật sự của nhiều lãnh đạo doanh nghiệp Việt Nam.

Tôi luôn tâm niệm câu danh ngôn: bị khiêu khích mà không giận là người hiểu chuyện hoặc là người khoan dung. Người có tài thường có chính kiến riêng và rất dễ mâu thuẫn với lãnh đạo. Để lãnh đạo được người có tài, ta cần

thành người có **đức trọng**, lòng dạ không ích kỉ hẹp hòi hoặc trở thành người **hiểu chuyện**. Tài thường không đợi tuổi và sự hiểu chuyện cũng không cần đợi khi người ta lớn tuổi. Thời Tam Quốc ở Trung Hoa, có ba nhân vật khi trẻ tuổi đã tỏ ra hiểu chuyện và có đức trọng, biết trọng dụng người tài. Tào Tháo là người hiểu chuyện, Lưu Bị là người đức trọng, còn Tôn Quyền chỉ thừa hưởng cơ nghiệp do cha, ông để lại nhưng rất biết nhìn ra người tài và trao quyền lực cho người tài. Nhờ vậy, họ tồn tại đến phút cuối.

Để phán xét một lãnh đạo, sao bạn không xem anh ta đối xử thế nào với người không có khả năng chống lại anh ta còn để phán xét một nhân viên, sao bạn không xem anh ta đối xử thế nào với người, sự vật, sự việc không có lợi ích gì với mình. Những người trẻ Việt Nam thông minh, có tài chỉ cống hiến hết mình cho người khác khi anh ta được trao nhiều quyền lực và có cơ hội chứng tỏ giá trị của mình.

Ở VIỆT NAM, VIỆC NHÂN VIÊN BẤT MÃN VỚI NHÀ QUẢN LÝ CẤP TRUNG KHÔNG PHẢI CHUYỆN HIẾM.

Nếu bạn là giám đốc, bạn trọng dụng quản lý cấp trung, nhưng những quản lý cấp trung này chưa hẳn có tài. Vì sao, vì người thông minh, có tài thực sự thường ẩn mình vì họ ảo tưởng tự ti. Do đó, điều quan trọng là nhìn ra người tài, động viên họ, bổ nhiệm họ vị trí thích hợp. Họ sẽ là đòn bẩy giúp sự nghiệp của bạn thành công. Tuy nhiên, người thông minh, có tài năng xuất chúng trong tập thể thường không mạnh dạn, khi đó việc nhìn ra họ là điều hơi khó đối với lãnh đạo. Ví dụ trong cuộc họp, mọi người đều đưa ra ý tưởng về một vấn đề gì đó thì anh ta thường không tự tin đưa ra ý kiến trước tập thể, thậm chí cả khi được hỏi. Những nhà lãnh đạo tinh ý sẽ hiểu chuyện và gặp riêng anh ta để hỏi. Chỉ cần lãnh đạo nhận ra họ, dìu dắt họ, tỏ ra rộng lượng đối với họ, lấy lễ đối đãi với họ, trao quyền lực cho họ, đề cao họ, họ sẽ làm tất cả cho lãnh đạo.

Khi lãnh đạo tỏ ra hiểu chuyện, biết khéo léo mượn trí và lực của người khác thường trở thành lãnh đạo của các lãnh đạo.

Cách lãnh đạo	Đối tượng được lãnh đạo	Cách nhận ra họ
Nhận ra họ, biết đắc nhân tâm, động viên, trao quyền lực cho họ, tìm mọi cách để họ thể hiện mình. Họ sẽ làm điều phi thường cho bạn	Người tài xuất sắc	Họ thiếu tự tin, nhưng rất muốn lãnh đạo nhận ra mình, làm ngược lại tập thể, thậm chí ngược lại với ý kiến lãnh đạo để thu hút sự chú ý của lãnh đạo
Trao quyền lực cho họ. Nể trọng, chủ động xin ý kiến họ về những việc quan trọng. Vui vẻ tiếp thu ý kiến của họ, không nên bài bác ý kiến của họ, giữ thể diện cho họ nếu ý kiến của họ không hợp với mình.	Người có tài cao	Họ thiếu mạnh dạn, Họ cũng thường nhìn thẳng vào mắt lãnh đạo khi muốn nói điều gì
Chấp nhận cái tật và đối xử như 2 trường hợp trên		Đôi khi có những người tài cao nhưng không nhút nhát. Tuy nhiên họ có phần lập dị và hay có tật.
Theo quy định mà làm. Thưởng phạt phân minh.	Người có tài vừa. Người bình thường	Giao việc để thử tài

Tóm lại người có tài các bạn đối xử hơi đặc biệt một chút. Đôi khi họ có lỗi gì bạn nên giả vờ hồ đồ, bỏ qua vì có tài hay đi đôi với có tật. Về lương thưởng, không nhất thiết phải lương cao, chỉ cần nhỉnh hơn người khác một chút (sao cho xứng với cống hiến của họ). Chỉ cần bạn tạo ra môi trường để họ phát huy hết tài năng của họ. Có thể họ làm trong công ty lớn mà không có điều kiện để phát huy hết năng lực mà làm cho công ty nhỏ lại có môi trường để phát huy.

Như vậy người lãnh đạo giỏi chưa hẳn là người có trình độ chuyên môn cao mà thường là người biết đắc nhân tâm, thay vì mang tâm lý ảo tưởng vĩ cuồng và kiêu ngạo ngầm về địa vị của mình, họ thường sẽ tạo điều kiện cho người khác phát huy sở trường. Việc làm là rất khó đối với những người thông minh, có tài cao. Do đó những người trẻ Việt có tài năng chuyên môn cao chưa hẳn đã có tài lãnh đạo vì họ có xu hướng thâu tóm mọi công việc và bài bác người thông minh khác trong nhóm. Họ chỉ đặc biệt giỏi trong việc dẫn dắt một tập thể có năng lực yếu kém. Nếu họ muốn khẳng định mình trong môi trường đỉnh cao sao họ không tìm một vị trí thích hợp hơn. Trong vai trò lãnh đạo, họ có thể chỉ thích hợp với vị trí trưởng nhóm thôi.

Nhiều chủ doanh nghiệp Việt Nam thường bổ nhiệm người có bằng cấp cao, tài năng vào vị trí lãnh đạo, trong nhiều trường cách làm này chưa hẳn mang hiệu quả cao. Nhiều chủ doanh nghiệp Việt Nam thường bổ nhiệm người thân tín vào vị trí quản lý. Điều này rất không nên, vì họ chưa hẳn là người có trình độ chuyên môn hoặc biết trọng dụng người tài. Người thông minh, tài cao thường có chính kiến riêng, ít khi xuất đầu lộ diện và ít khi làm thân tín với cấp trên. Còn người biết lãnh đạo, biết hạ mình, trọng dụng và quản lý những người tài cao thường là người đức trọng, hiểu chuyện, nên không nịnh hót, do đó họ có thể đâu cần làm thân với chủ doanh nghiệp trừ phi họ và chủ doanh nghiệp tâm đầu ý hợp.

Tôi từng thấy nhiều lãnh đạo Việt Nam, không có năng lực chuyên môn cũng không giỏi trọng dụng người tài thường nói nhiều và thích bắt bẻ. Việc nhân viên bất mãn với nhà quản lý cấp trung ở Việt Nam không hiếm. Trong một cơ quan, người lãnh đạo có tài, có chuyên môn thực sự có thể không nói nhiều. Lãnh đạo không có chuyên môn thực sự nhưng có khả năng trọng dụng người tài thường không thích bắt bẻ mà lại khuyến khích nhân viên khẳng định cái tôi, trao cho họ nhiều quyền hạn để họ tự do sáng tạo nhưng không vượt quá giới hạn tối thiểu.

Trong khuôn khổ sách này tôi không thể viết hết được về những điều này. Mời bạn tham khảo cuốn "thăm dò tính cách người đời" để khám phá phương pháp lãnh đạo như thế nào trong các tình huống như thế nào. Cuốn sách này chẳng những hướng dẫn phương pháp lãnh đạo mà còn hướng dẫn phương pháp làm người. Bạn có thể mua sách hoặc tìm trên mạng internet. Sự hiểu chuyện cũng không cần đợi khi người ta trưởng thành. Tuy nhiên, chỉ người khiêm tốn thực sự, biết nghe lời khuyên của người khác mới có thể đọc cuốn sách trên và tự ý quyết định nên làm những gì.

Đối với các nhân viên trẻ làm công ăn lương Việt Nam, bạn có nên quá thần tượng, sùng bái lãnh đạo, người trên hoặc một người xuất chúng nào đấy, có nên để việc thần tượng đó làm ảnh hưởng đến phán đoán của bạn không, bạn có nên để thần tượng điều khiển số phận của bạn hay không. Cá nhân tôi nghĩ bạn sẽ trả lời là không. Vì như vậy sẽ không tốt cho tư duy độc lập, phán đoán cá nhân, chính kiến của mỗi bạn trẻ Việt.

Như đã nói ở phần III, chủ nghĩa cào bằng khiến người Việt không thể cống hiến cho tập thể, xã hội. Nó tạo ra rất nhiều sự bất mãn, khiến bạn trẻ không muốn làm nhiều hơn người khác, không muốn người khác nhận nhiều lợi ích hơn mình. Kết quả không ai tự giác làm việc, gắng sức cho tập thể, cho xã hội cả.

Sao mỗi bạn trẻ Việt chúng ta không thay đổi dần chủ nghĩa cào bằng, chủ nghĩa tập thể, để cá nhân có thể TỰ GIÁC đóng góp cho tập thể. Giáo sư Lê Thẩm Dương từng nói: *những nhân viên biết có "chấp hành" thì*

làm sao đưa công ty đi lên được, chỉ có những nhân viên biết tự giác, cảm thấy việc gì cần làm thì không ngần ngại làm, sẵn sàng can thiệp vào quyết định của cấp trên mới tốt cho công ty được.

Chủ nghĩa cào bằng không tôn sùng sự tự do cá nhân, và chính kiến cá nhân nên không khuyến khích nhân viên tự giác làm việc mình cảm thấy cần làm, hay là can thiệp vào quyết định của cấp trên. Đã đến lúc các bạn trẻ Việt đảo lộn mọi chuẩn mực của tập thể, phá vỡ mọi ranh giới hạn chế, hành động một cách uyển chuyển và linh hoạt. Khi đó chúng ta tự do hình thành các ý tưởng mới và có khả năng khuấy đảo nền kinh tế thị trường. Điều này nghe có vẻ hỗn độn nhưng rất cần thiết trên thương trường.

Chúng ta cần những người dám tự do phá cách. Sao bạn không thử xem qua các ý kiến sau.

VÌ SAO TA CÓ THÀNH TÍCH KÉM

Một thợ săn khi vào rừng săn thú cần phải trang bị kĩ năng bắn súng săn, phải có tư duy đúng đắn về những con vật mình săn, mùa nào là mùa sinh sản, mùa nào là mùa chúng di cư đi nơi khác, có nhận thức đúng đắn về cách lần theo dấu vết con mồi. Một người thợ săn không có nhận thức về con vật mình săn, đi săn vào mùa chúng di cư sang nơi khác sẽ không gặp được con mồi và nghĩ rằng mình không gặp may. Một người thợ săn không nhận thức đúng đắn cách lần theo dấu vết con mồi sẽ không bao giờ thành công. Một người thợ săn không có kĩ năng bắn súng săn khi gặp con mồi không bắn trúng mục tiêu thì lại nghĩ mình không có tài. Có người không thành công vì không có nhận thức, tư duy, tính cách đúng đắn rồi lại nghĩ rằng do ông trời không ưu ái mình, do mình không có tài. Người ta muốn có những nhận thức, trình độ tư duy, tính cách đúng đắn trong thời gian ngắn thì chỉ có cách học hỏi người khác.

Nước Mỹ khi mới lập quốc, người trẻ tuổi có tài ở Mỹ đã vượt biển sang Anh học hỏi công nghệ, phương pháp làm ăn với tham vọng đưa nước Mỹ thành nền kinh tế lớn nhất thế giới. Nước Nhật trong thời kì duy tân Minh Trị, giới trẻ Nhật cũng có tham vọng đã vượt biển sang châu Âu để du học và làm việc, học hỏi kiến thức, kĩ năng, với tham vọng đưa nước Nhật sánh ngang với các cường quốc châu Âu. Nước Hàn Quốc sau khi giành độc lập, giới trẻ Hàn đã vượt biển sang Nhật du học và học hỏi kĩ năng, kiến thức với tham vọng không để thua người Nhật.

Giới trẻ Việt Nam thường rất hiếu học và vô cùng năng động vượt biển đi du học nhưng chỉ có tham vọng lấy kiến thức và bằng cấp chứ không học kĩ xảo tư duy, khoa học công nghệ và bí quyết thành công của các dân tộc này. Bạn trẻ Việt Nam tuy vô cùng ham học nhưng trọng tri thức hơn trí tuệ. Sau khi ra trường, mỗi bạn trẻ Việt thường "ngầm" tự mãn với thành tích học tập của mình và khó tạo dựng một sự nghiệp

thành công. Thập niên 90, nhiều bạn trẻ Việt thường xem việc được đi du học là thành công rồi (chịu ảnh hưởng của nho giáo). Các bạn trẻ Việt Nam cũng có người giỏi đến mức có thể làm cho các công ty lớn nước ngoài nhưng sau khi có kinh nghiệm, có lẽ vì vẫn mang tư chất nho sinh, nặng tính rụt rè của người Việt và tính kiêu ngạo ngầm cộng với cái tôi vì mình bên trong còn lớn nên thiếu chủ động, quyết đoán và tư duy lớn về nước tạo cho mình một cơ đồ. (người kiêu ngạo thường chỉ vì mình, sợ sai và thiếu quyết đoán)

Cẩn trọng nhất lại là sự liều lĩnh. Shimon Peres . Mỗi bạn trẻ Việt chúng ta có nên ngồi chờ vận may tự đến, hoặc để mình lâm vào thế trở tay không kịp hay không. Cá nhân tôi nghĩ bạn sẽ trả lời là không. Khi đứng trước cơ hội làm một việc gì, nếu khả năng thành công ít hơn khả năng thất bại thì đó là sự mạo hiểm. Vấn đề là các bạn trẻ Việt khó có thể xác định rõ tính khả thi của việc làm đó. Tại sao mỗi bạn trẻ Việt không bắt đầu sẵn sàng liên kết để cùng nhau mạo hiểm và sẵn sàng chia sẻ lợi ích với người khác. Khi cơ hội đến, nếu chúng ta lầm tưởng người đời cười cợt mình nếu mình trèo cao, té đau, không dám tự do mạo hiểm mãi mãi chỉ là người làm thuê.

Để làm được điều trên con người ta cần có bản lĩnh về quan hệ xã hội. Tôi nghĩ đây lại là một sở trường của người Việt. Nhiều người nói rằng bản lĩnh chuyên môn chỉ có thể đem lại cho ta một cơ hội nhưng bản lĩnh về quan hệ xã hội có thể đem lại cho ta hàng ngàn cơ hội. Bản lĩnh chuyên môn có thể giúp mỗi bạn trẻ Việt tận dụng sức mạnh của bản thân nhưng bản lĩnh xã hội có thể giúp bạn trẻ Việt tận dụng sức mạnh vô hạn của thế giới xung quanh.

Khi đã có cơ hội các bạn trẻ Việt có nên chỉ biết chờ đợi lợi ích lớn hơn thay vì tận dụng cơ hội trước mắt hay không. Cá nhân tôi nghĩ bạn sẽ trả lời là không. Cơ hội rất dễ qua đi, nếu muốn có được nhiều hơn mà không hành động quyết đoán, vì như thế chẳng những không thỏa mãn được ham muốn mà còn mất đi những cái mình đã có. Trong khi chờ đợi những cơ hội lớn hơn, sao mỗi bạn trẻ Việt không tranh thủ giành lấy những gì bạn đáng được hưởng.

Có nhiều người trẻ Việt có tham vọng tạo dựng cơ đồ cho riêng mình. Nhưng do thiếu kiến thức công nghệ, khoa học kĩ thuật(mặc dù người Việt rất thông minh), kĩ năng và phương pháp thành công và có lẽ do những tài năng trẻ còn thụ động, có phần ỷ lại, ít can đảm và chưa tự do thoát khỏi tư chất của một nho sinh(tu thân, hòa hợp với trời đất, trở về bản ngã "bổn thiện") nên cơ nghiệp họ thường vừa nhỏ, vừa yếu và ít có gì nổi bật. Giáo lý của nho giáo của người Trung Hoa đã áp chế giới trẻ Việt. Họ mù quáng bỏ qua trí tuệ và sở trường của mình mà đi sùng bái sự "cần cù".

Tư tưởng Trung Hoa vẫn ảnh hưởng đến người Việt. Người Hoa tự cho mình là rồng, muốn một mình độc chiếm tất cả. Họ coi nhẹ yếu tố trí thông minh, mà đặt nặng sự kiên trì bền chí để đạt được mục tiêu. Điều này không phải vì họ khiêm tốn mà vì ích kỉ, muốn một mình độc chiếm tất cả. Khi thành công bề ngoài tỏ ra rất khiêm tốn nhưng bên trong rất kiêu ngạo. Thiết nghĩ, trí thức và tài năng trẻ Việt Nam không nên như người Trung Hoa, bề ngoài khiêm tốn nhưng có tính kiêu ngạo ngầm và ích kỉ bên trong.

SAO BẠN KHÔNG THỬ XEM QUA Ý KIẾN SAU CỦA TÔI:

Bên cạnh đó, trong vô thức, tâm lý mỗi con người Việt vẫn còn TRẺ CON. Mỗi bạn trẻ Việt vẫn mang nặng tâm lý cầu an, cộng thêm tâm lý thiếu vững vàng, kinh sợ việc lớn, thụ động trong việc phát huy trí tuệ và tính sáng tạo của mình, thêm vào đó là thái độ hoài nghi thậm chí bài bác, chê bai những cái tiên tiến, khác mình, do đó họ rất bảo thủ trong việc tiếp thu những cái mới. Sao người Việt không thử xem qua một số ý kiến sau của tôi:

Một số bạn trẻ Việt có tham vọng nhưng không có tài gặp hết thất bại này đến thất bại khác, một bộ phận trong số họ thành công nhưng bằng cách ranh ma, mưu mẹo. Rất nhiều bạn Việt trẻ tuổi đi xuất khẩu lao động sang nước ngoài nhưng là để mưu sinh, thoát nghèo chứ có lẽ chưa có tham vọng tích lũy vốn, về nước gầy dựng sự nghiệp. Đây là người có chí phiêu lưu, mạnh dạn ra nước ngoài nhưng chưa có tham vọng hoặc có lẽ cũng chưa có tài. Họ có thể cũng chưa đủ tài để có thể học hỏi phương

pháp làm giàu của các dân tộc khác. Cũng có một bộ phận khác có tài, hoặc vừa có tài vừa có tham vọng thì không có chí viễn du, ít mạnh dạn, hoặc ít có khái niệm vượt biển tìm kiếm con đường thành công.

Một bên dám phiêu lưu nhưng chưa hẳn có tài. Một bên thụ động nhưng có tài. Tôi nghĩ cùng nhau, các bạn có thể vượt biển và làm nên chuyện. Chúng ta không thể trông chờ những thành tựu phi thường nhờ vào những hành động bình thường, lặp đi lặp lại được.

Tầng lớp trí thức trẻ Nhật đã đề cao sứ mệnh của mình hơn là đề cao cái tôi bên trong, biết gắn kết với nhau đưa nước Nhật chạy đua trí tuệ và kinh tế với người phương Tây, và đã đuổi kịp họ trong vòng trăm năm. Người Nhật thậm chí còn khiêu chiến với Mỹ nước đã từng lăm le, xâm lược thuộc địa mình. Người Việt Nam có leo lên được hay không đều nhờ vào việc tài năng trẻ và giới trí thức Việt Nam có bỏ qua tính kiêu ngạo "ngầm" và cái tôi vì mình bên trong để gắn kết được với nhau hay không và trở thành đầu máy của con tàu, thành xương sống của đất nước.

Người Việt rất giỏi làm nông nghiệp tiểu nông nên tính gắn kết chưa cao, còn làm thương nghiệp thì chúng ta đi sau các dân tộc khác hàng trăm năm. Do đó để bắt kịp sao chúng ta không thoát khỏi tâm lý an cư lạc nghiệp và vượt biển (du học hoặc xuất khẩu lao động) học phương pháp thành công của họ. Hơn nữa lối sống thích ở một chỗ thường chỉ thích hợp với nông nghiệp, lối sống có chí viễn du mới thích hợp với thương nghiệp. Người Việt có thể thiên về cảm tính nên rụt rè, không tin tưởng nhiều vào khả năng của chính mình. Giống như chú vịt con trong câu chuyện " Chinh phục thế giới, dễ lắm" đã biết dựa vào mẹ mình để làm điều không thể, sao mỗi bạn trẻ Việt chúng ta không biết dựa vào nhau để tự do vượt lên chính mình.

Nói như lời Adam Khoo đã nói trong cuốn "Bí quyết tay trắng thành triệu phú": làm thế nào để đạt kết quả xuất sắc trong thời gian ngắn, đó là nghệ thuật mô phỏng, chỉ cần mỗi bạn trẻ Việt ta mô phỏng phương pháp của người thành công ở các nước phát triển, kết hợp với trí tuệ và sáng tạo ta sẽ thành công như họ.

Làm thế nào để người Việt Nam(có tư chất nông dân) trở thành một thương nhân xuất sắc trên thế giới. Tôi nghĩ câu trả lời cũng là nghệ thuật mô phỏng và học hỏi. Sao mỗi bạn trẻ Việt không tìm cách làm việc trong các công ty nước ngoài để học hỏi họ. Chúng ta có cần thành công nhanh chóng hay không. Tôi nghĩ bạn sẽ trả lời là không nhưng thay vào đó là thành công chắc chắn. Vua cúc áo Tôn Thạnh Nghĩa từng làm thông dịch viên cho công ty Nhật. Ông ta học hỏi từ người Nhật và đã thành lập công ty cho riêng mình. Chúng ta cần nhiều "Tôn Thạnh Nghĩa" ở các lĩnh vực khác nữa.

Nhận thức

+

Tư duy   +   **Hành động**

+

Tính cách

"Làm để học chứ không phải làm để kiếm tiền". Chúng ta chẳng những nên học hỏi cách làm ăn, mà cũng nên mô phỏng tính cách, học hỏi khả năng tư duy, tìm hiểu nhận thức của người làm trong các công ty trên thế giới. Chúng ta vẫn có thể thuê, liên kết với những chuyên gia nước ngoài, người có những nhận thức và tư duy cao để mô phỏng, học hỏi họ. Để làm được những điều trên dĩ nhiên các bạn trẻ Việt cần có thái độ can đảm, dám làm. Người ta thường nói: "có chí làm quan, có gan làm giàu". Nếu ngày xưa, chuẩn mực của giới trẻ Việt là vay mượn để có điều kiện tìm đến thầy đồ, học chữ và không ngại đường xá xa xôi để đi thi, thì tôi nghĩ chuẩn mực ngày nay của giới trẻ Việt nên là: không ngại đường xá xa xôi để đi xuất khẩu lao động, tìm đến các công ty nước ngoài và làm việc. Sau khi có một số vốn, về nước, vay mượn để có điều kiện gầy dựng cơ đồ.

Đây là bước đi không thể tránh khỏi mà các nước Nhật Bản, Hàn Quốc, Trung Quốc, Singapore đều phải trải qua, bước đi này sẽ giúp người Việt ta thích nghi nhanh và ít thất bại nhất. Nếu giới trẻ Việt không chịu học hỏi để thay đổi, những hành động của người Việt sẽ chỉ lòng vòng trong phạm vi hẹp và có thể dẫn đến bế tắc.

Khác với người Nhật Bản, Hàn Quốc, Singapore, họ chỉ cần học hỏi phương pháp làm ăn thôi là đủ. Người Việt chẳng những nên học phương pháp làm ăn, mà còn nên học hỏi tính cách, cách tư duy, nhận thức của nước ngoài nữa. Vì sao? Vì người Việt mang cái tư duy chiến tranh vào trong làm thương nghiệp, mang nhận thức phiến diện, nhẹ dạ vào trong làm ăn kinh tế, mang trí tuệ (trí tuệ chết, trí tuệ gò bó) của một nho sinh, mang tính cách gò bó, bảo thủ, độc đoán của một nông dân.

Tư duy lòng vòng trong phạm vi hẹp thì hành động sẽ lòng vòng trong phạm vi hẹp và doanh nghiệp khó tồn tại lâu. Tư duy non nớt dẫn đến hành động một cách tùy tiện, bất chấp mọi quy luật miễn sao được việc, tư duy thụ động nhưng lém lỉnh, nông nổi, vội vã, không dựa trên sự chắc chắn và sớm muộn gì cũng thất bại. Trong thương trường, người ta gọi đó là hữu dũng vô mưu.

Tôi nghĩ với khả năng thích nghi của người Việt, người Việt hoàn toàn có thể tiếp thu được. Chỉ khi có nhận thức, tư duy, tính cách đúng đắn, bạn trẻ Việt mới có thể hành động hiệu quả để làm chủ tình hình, trưởng thành lên qua từng giai đoạn và biết mình phải làm gì trong trường hợp nào. Những khó khăn, biến động của hoàn cảnh, thị trường không thể làm khó bạn được. Nếu giả sử chưa thành công con người ta hoàn toàn có thể biết được nguyên nhân.

Áp dụng → **Thích nghi** → **Cải tiến**

- Nhận thức
- Tư duy
- Tính cách

- Liên tục

KHÔNG CẦN BẰNG HOẶC HƠN NGƯỜI, CHỈ CẦN NHỮNG GÌ TA CÓ HÔM NAY VƯỢT HƠN NHỮNG GÌ TA CÓ HÔM QUA, THẾ LÀ ĐỦ

Anh Nhân, một tài năng trẻ 24 tuổi muốn thành công trong ngành du lịch. Sau lưng anh ta không hề có một nguồn lực tài chính nào vững mạnh, trong gia đình anh ta cũng chưa có ai từng làm kinh doanh. Do đó anh ta không thể mắc sai lầm vì nếu mắc sai lầm anh ta có thể mất trắng căn nhà đang cầm cố ngân hàng.

Vì vậy anh quyết định mở một khách sạn mini để học hỏi phương pháp. Trước đó anh ta đã từng làm lễ tân cho một khách sạn và đã từng làm quản lý cho một khách sạn nhỏ. Trong quá trình kinh doanh khách sạn, anh ta áp dụng những gì mình biết để thu hút khách, tìm nguồn khách. Anh ta luôn tìm cách nâng cao chất lượng dịch vụ và học hỏi phương pháp quản lý nhân viên vì trong ngành dịch vụ, con người là quan trọng nhất. Anh ta luôn tìm gặp những chuyên gia trong lĩnh vực quản lý khách sạn để học hỏi phương pháp, tham gia khóa học về quản lý để có thêm kiến thức.

Sau một thời gian sau khi có được vốn, kinh nghiệm anh ta quyết định mở khách sạn một sao. Anh ta áp dụng hoàn toàn những phương pháp của mình vào quản lý khách sạn một sao. Khách sạn một sao có nhiều yếu tố khác với khách sạn mini, do đó anh ta phải tìm cách thích nghi với môi trường mới.

Sau khi thành công, anh ta muốn mở một khách sạn ba sao nhưng với tầm nhìn xa anh ta thấy rằng thị trường lưu trú đã bão hòa và do đó anh ta quyết định đầu tư vốn vào sản phẩm du lịch. Vốn biết mình còn chưa có kinh nghiệm trong lĩnh vực du lịch anh quyết định liên kết với hai người giỏi và dày dặn kinh nghiệm trong lĩnh vực này. Trước tiên hai người này có thể bù đắp cho anh ta, sau đó anh ta có thể học hỏi kinh nghiệm từ hai người này. Anh ta còn đi Thái Lan, Indonesia để học hỏi phương pháp làm du lịch. Anh ta luôn hành động từng bước, không hề có ý định "giàu tốc hành" như nhiều người. Anh ta bắt đầu từ việc làm công ăn lương rồi đến tiểu thương rồi đến làm doanh nghiệp. Thành công của anh ta tuy chậm nhưng chắc.

Sau khi tiếp thu văn minh phương Tây, người Nhật không bắt chước máy móc mà phát triển theo hướng của riêng mình. Họ thành công là vì họ không tiếp thu bề nổi, đi theo cái mới một cách nông nổi, dễ dãi, vị lợi, giỏi bắt chước nhưng không giỏi sáng tạo, giỏi thích nghi nhưng không giỏi cải tiến giống như tôi chẳng hạn (giống như người Việt). Ví như tôi chẳng hạn, bạn trẻ Việt thường thích đi theo lối mòn của các dân tộc khác chứ không thích mở ra lối đi cho riêng mình.

Tôi xin mổ xẻ lại nguyên nhân vì sao người Việt chỉ tiếp thu bề nổi của những thành tựu trên thế giới. Muốn tiếp thu một cách tường tận, có đầu có đuôi những cái hay của thế giới, chúng ta cần những cá nhân xuất sắc. Như các bạn đã biết tập thể chỉ có thể suy nghĩ phiến diện, cẩu thả và hành xử thái quá, hành động nhẹ dạ và dễ bị tác động. Và khi các cá nhân xuất sắc ở Việt Nam bị phủ định, thì người Việt chỉ có thể tiếp thu những cái hay của thế giới một cách bề nổi. Chẳng những vậy, chỉ có các cá nhân xuất sắc mới có thể sáng tạo ra những cái tuyệt vời, cải tiến cái cũ thành những cái đột phá.

Người Nhật sau khi tiếp thu cái tiến bộ của phương Tây thì không thỏa mãn ngay với những thành quả của mình, không dừng lại ở mức độ thích nghi với những điều kiện thành công. Thành tựu của người Nhật không bao giờ mới ở một mức độ nào đó thì đã dừng lại. Họ không thụ động, vị kỉ (họ biết rằng thành công của họ đem lại công ăn việc làm cho nhiều người), lười biếng, ỷ lại vào những gì mình đang có. Họ không tự mãn sớm(giống như tôi và cũng giống như mỗi bạn trẻ Việt), không bao giờ muốn rơi vào cãi bẫy "không ai giàu ba họ không ai khó ba đời" và luôn bước qua giai đoạn cải tiến, tức là cải tiến tất cả những gì chúng ta đang có, phát triển về quy mô và chất lượng. Tôi tin người Việt cũng sẽ làm được như người Nhật.

Chúng ta không nên có cái kiểu ảo tưởng vĩ cuồng như người Hoa. Con cái đại gia Việt Nam có nên giậm chân tại chỗ quá lâu, đi theo lối mòn sẵn có hay không. Cá nhân tôi nghĩ người Việt ta sẽ trả lời là không. Liên tục cải tiến chẳng những thỏa mãn tham vọng muốn vươn cao trong làm ăn mà còn tạo cho người ta cảm giác an toàn trong cuộc sống mưu sinh đầy trắc trở, nơi luôn có quy luật: không tiến ắt lùi. Một khi thành tựu đã đi xuống, nó đi nhanh hơn đi lên, khi đã đi xuống thì rất khó gượng dậy, hoàn cảnh lúc đó sẽ rất thê thảm. Sao bạn không thử xem qua câu chuyện sau.

SỰ CẢI TIẾN KHIẾN TA LÀM LẠI TỪ ĐẦU, HĂNG SAY VỚI CÔNG VIỆC, LÀ BÍ QUYẾT SỐNG CÒN TRONG NỀN KINH TẾ THỊ TRƯỜNG ĐÀO THẢI KHẮC NGHIỆT

George Eastman là người phát minh ra đĩa phim khô, sau đó ông thành lập công ty Eastman Kodak. Bốn năm sau Kodak bắt đầu sản xuất phim cuộn thay thế ảnh kính. Sản phẩm này có tính tiện lợi rất cao và dần được ưa chuộng. Sản phẩm của Kodak không những tiện dụng mà còn tốn chi phí thấp. Công ty có thể phát triển kinh doanh sang toàn cầu và không ngừng nghiên cứu phát triển sản phẩm của mình. Đối với Kodak, thương hiệu quan trọng hơn tất cả, công ty đã khẳng định được chất lượng và luôn luôn quảng bá thương hiệu.

Doanh thu của công ty tăng gấp mười lần trong vòng mười tám năm do có những sản phẩm chất lượng cao. Sản phẩm của công ty gồm ba mảng chính: máy ảnh và phim cuộn, phim chụp, hóa chất xử lý trong y tế, truyền thông và đồ họa.

Tuy vậy, Kodak đã phạm sai lầm lớn khi quá tự tin vào sản phẩm phim cuộn đã từng đem lại nhiều lợi nhuận cho mình mà không kịp cải tiến khi thị trường bắt đầu chuyển qua thời đại kĩ thuật số mặc dù Kodak đã phát minh ra máy ảnh số rất lâu. Kết quả máy ảnh của kodak trở nên lỗi thời và công ty bị nhiều đối thủ qua mặt.

Năm 2000, Kodak bắt đầu cải tiến sản phẩm và tham gia vào thị trường ảnh số. Công ty đã có thể quay trở lại vị trí dẫn đầu. Tuy nhiên Kodak đi phương thức kinh doanh in ấn ảnh và chia sẻ ảnh. Kodak thua lỗ nặng và đứng trước nguy cơ phá sản.

Kodak là một công ty lớn, đã thích nghi được với điều kiện khó khăn và đạt được thành công. Tuy nhiên công ty này lại không kịp thời cải tiến sản phẩm của mình trong thời đại mới. Kodak đã thiếu tầm nhìn xa, quá tự tin vào quá khứ, do đó bị tụt hậu và phá sản.

Các nhà lãnh đạo Kodak đã chưa ý thức được rằng: vạn vật từ môi trường xung quanh cho đến bản thân chúng ta luôn chuyển động không ngừng. Tại sao bạn trẻ Việt cứ phải đi theo vết xe đổ của tôi, đi theo lối mòn có sẵn do người trên truyền lại, hoặc theo xu hướng của cộng đồng, sao không mở ra hướng đi cho riêng mình.

Muốn làm được điều này, ngay từ khi còn là học sinh, bạn trẻ Việt cần thay đổi so với trước kia. Bạn học sinh có thể là người có thành tích học tập cao, là cái rốn của vũ trụ, là trung tâm của mọi sự chú ý khi ngồi trên ghế nhà trường nhưng sau khi ra trường mọi thứ xung quanh bạn có thể không được như vậy nữa. Cụ thể như thế nào sao bạn không thử xem qua chương sau.

Chương 4:
Bất ngờ phương pháp giải phóng tiềm năng cho học sinh Việt Nam

"SHARE"

LÀM ƠN CHIA SẺ SÁCH NÀY CHO 20 NGƯỜI…. THÔI ĐƯỢC RỒI! CHỈ CẦN 1 NGƯỜI LÀ TÁC GIẢ VUI RỒI. CẢM ƠN.

I

HỌC CAO KHÔNG CHÍ CÓ TỐT KHÔNG.

THỜI GIAN RẢNH SINH RA SỐ PHẬN. CHÚNG TA ĐƯƠNG NHIÊN PHẢI HỌC CHO ĐẾN NƠI ĐẾN CHỐN, ĐỂ CÓ CÁI NỀN. NHƯNG THỜI GIAN RẢNH SẼ QUYẾT ĐỊNH BẠN LÀ AI.

TẤM GƯƠNG THỨ NHẤT.

KHÔNG TÔN SÙNG VIỆC HỌC, CHỈ QUAN TÂM ĐẾN TRÍ TUỆ CỦA MÌNH.

Tôi biết một anh bạn ở Nghệ An, trước kia học rất giỏi nhưng vì sớm nhận ra nền giáo dục Việt Nam chỉ dành cho những thư sinh mê hư danh, cho dù anh ta có học xuất sắc cũng khó có thể khẳng định mình trong xã hội nên đến một lúc, anh ta học cầm chừng và chỉ chuyên tâm theo đuổi những việc mình thích. Anh ta không tôn sùng việc học, chỉ chú trọng trí tuệ của mình. Có thể các bạn nghĩ tôi kiêu căng khi nói ra những lời này. Đối với anh ta, việc học hay làm bất cứ việc gì cốt chủ yếu để nâng cao trí tuệ của mình, và làm sao để trí tuệ của anh ta có thể đem lại giá trị, giúp ích cho người khác.

Anh ta đã sớm nhận ra khi còn đang đi học là thời điểm tốt nhất để anh ta bắt đầu theo đuổi những việc mình thích, những việc mình đam mê, những việc mình có sở trường vì anh ta không phải chịu những trách nhiệm như khi lớn tuổi hơn. Dù anh

ta có làm sai điều gì thì anh ta đã có những kinh nghiệm ban đầu quý giá để tiếp tục thử lại lần khác. Nếu không sau khi ra trường anh ta sẽ không biết cách tồn tại ở thành thị, anh ta cũng như nhiều sinh viên Việt khi ra trường sẽ chỉ biết tận dụng lối tư duy du kích của mỗi con người Việt: " thụ động khi làm những việc lớn và năng động khi làm những việc nhỏ".

Sâu bên trong bản thân mình, anh ta thường muốn tìm kiếm cho mình một lý tưởng và rắc rối lớn nhất của tôi là nhận ra nó là gì.

Bản chất của việc khám phá, tìm ra chính mình chính là sự trải nghiệm. Việc gì anh ta có sở trường thì, anh ta mạnh dạn làm, để phát huy triệt để tài trí, trí thông minh của mình, chưa cần biết nó có lợi cho tương lai hay không. Đương nhiên anh ta luôn tin rằng ưu điểm của anh ta nhiều hơn nhược điểm. Có như vậy anh ta mới dễ dàng tìm cho mình một việc mình cảm thấy sở trường.

Anh ta không cần đánh giá điểm mạnh, điểm yếu của bản thân, mà tập trung vào những việc mình đam mê, hứng thú, có sở trường thật sự. Anh ta không bao giờ nghi ngờ chính mình, chỉ cần khẳng định mình có sở trường trong lĩnh vực đó, anh ta sẽ mạnh dạn tập trung vào nó. Anh ta luôn tìm kiếm sự ủng hộ của người thân, và tự ủng hộ chính mình để tự tạo cơ hội cho mình thỏa mãn nhu cầu, phát triển bản thân một cách thuận lợi, thay vì cố gắng vươn lên trong nghịch cảnh. Anh ta luôn khơi dậy tính tích cực và sáng tạo của bản thân mình để khơi dậy niềm tin tưởng tuyệt đối vào bản thân. Anh ta cũng không bao giờ dùng thắng bại luận anh hùng. Khi công việc trở ngại, ít tiến triển, anh ta không bao giờ nghi ngờ tài năng vốn có của bản thân, cũng không xóa đi thành tích xưa nay của mình, nhanh chóng khôi phục lòng tin cho bản thân.

Độc thoại là phương pháp tốt để anh ta trấn an chính mình, giúp đỡ chính mình, tạo niềm tin nơi chính mình. Mỗi tối anh ta thường viết nhật kí, báo cáo công việc, tình hình cụ thể, của chính mình để thỏa mãn tâm lý lắng nghe công lao, thành tích của chính mình. Như vậy anh ta mới hình thành niềm tin vào chính mình, tạo nhiệt tình cho bản thân. Trong nhật kí đôi khi anh ta cũng giả vờ không quan tâm đến những thiếu sót nhỏ ngẫu nhiên của bản thân để cảm thấy nhẹ nhõm hơn. Chỉ cần anh ta biết lỗi, và sửa chữa, không cần truy cứu để cảm thấy nhẹ nhõm hơn. Cách xử sự độ lượng này, khiến anh ta càng tin tưởng vào chính mình. Anh ta cũng không quá gắt gao với chính mình chỉ cần giới hạn trong phạm vi "được" nhiều hơn "mất", và tin vào khả năng

của chính mình, như vậy mới tạo ra niềm tin nơi chính mình.

Anh ta cũng luôn tâm niệm câu nói của Syrus để luyện đức tính, dám làm khi từ bỏ việc học và can đảm theo đuổi việc mình thích "can đảm gia tăng khi người ta dám liều, sợ sệt gia tăng khi người ta do dự, trong vài tình huống, sự liều lĩnh thay thế cho sự khôn ngoan". Sự liều lĩnh đôi khi đem lại những kết quả tai hại nếu anh ta không biết mình đang làm gì. Nhưng kinh nghiệm của quá nhiều người chỉ cho anh ta rằng, cho dù anh ta có học xuất sắc thì anh ta cũng chưa chắc khẳng định được mình trong xã hội Việt Nam. Vậy sao anh ta không đánh cược một phen, biết đâu tôi có thể làm nên điều thần kì.

Tại sao anh ta lại phải tự tạo ra nhiều áp lực cho bản thân để đưa ra một chọn lựa tốt nhất, anh ta cảm thấy mình đang có rất nhiều lựa chọn tốt, anh ta chỉ cần chọn một và làm cho nó trở nên tuyệt vời. Việc gì tôi làm từ khi còn nhỏ, lớn lên tôi sẽ trở thành chuyên gia về nó. Một khi anh ta đã có một cái gì đó giá trị của riêng mình, bất cứ thứ gì, kể cả những suy nghĩ, chính kiến của riêng mình, người đời sẵn sàng bỏ tiền để mua nó. Có không thiếu phương thức để anh ta phổ biến những cái của riêng mình trong xã hội và khẳng định mình, tiền bạc chỉ là thứ yếu. Còn nếu anh ta không phổ biến những cái của riêng mình, khẳng định mình và đương nhiên thu được một ít tiền bạc, anh ta sẽ phải chật vật kiếm tiền mưu sinh trong xã hội này khi lớn lên.

TÁM GƯƠNG THỨ HAI

MONG CHO HẾT GIỜ HỌC ĐỂ LÀM VIỆC MÌNH THÍCH

Henry Ford ngay từ nhỏ là một con người đam mê máy móc. Ông thậm chí còn đam mê máy móc hơn cả đam mê sách vở. Lúc đi học ông chỉ mong cho hết giờ học để về nhà và tìm đến niềm đam mê máy móc của mình. Có lần, ông nhìn thấy trên đường một cái động cơ hơi nước dùng để đập lúa hay để cung cấp lực cho một cái máy xay. Henry rất hứng thú với cái máy này và tìm gặp người điều khiển nó để được dạy cách khởi động và điều khiển chiếc máy. Có lẽ từ lúc này Henry đã phát hiện ra mình là một kĩ sư bẩm sinh.

Khi cha ông mua cho ông một chiếc đồng hồ đeo tay. Kể từ đó ông rất giỏi sửa đồng hồ. Đối với ông sửa đồng hồ là một thú vui chứ không phải một công việc để kiếm ra tiền mà kì thực ông cũng không lấy tiền người mang đồng hồ đến cho ông sửa.

Năm 1879, ông là thợ học việc cho James và Bros và sau đó là cho Detroit Dry Dock Co. Năm 1882, ông trở về Dearborn và làm việc cho trang trại nhà mình, lúc này ông cực kì lão luyện trong việc điều khiển máy hơi nước nhỏ Westinghouse. Do đó công ty Westinghouse đã thuê ông để bảo dưỡng máy móc.

Năm 1891, Ford chính thức trở thành kỹ sư trong công ty Edison Illuminating, với trình độ của mình, ít lâu sau ông được thăng chức lên kỹ sư trưởng. Khi đó ông bắt đầu thử nghiệm máy móc chạy bằng xăng. Lúc này ông đã chế tạo ra phương tiện mang tên Quadricycle, sau nhiều lần thử nghiệm ông vẫn thấy chiếc máy đó còn cần được cải tiến rất nhiều.

Sau thành công này, ông và vài người thành lập công ty ô tô Detroit. Tuy nhiên ông không quan tâm đến lợi nhuận của công ty mà chỉ lo cải tiến thiết kế xe hơi. Đối với ông lợi nhuận ban đầu của công ty không quan trọng, cái quan trọng là cần phải có mẫu xe hơi tốt, có như vậy mới đảm bảo lợi được nhuận lâu dài của công ty. Ông bị buộc phải rời khỏi công ty vì lý do này. Sau khi có được thiết kế ưng ý ông và vài người khác thành lập công ty Ford motor và trở thành doanh nhân nổi tiếng thế giới.

CHỈ HỌC NHỮNG MÔN CẢM THẤY HỨNG THÚ

John Mackey là người sáng lập ra cửa hàng thực phẩm Safer Way Nature Food. Khi học đại học tại Texas, ông đăng kí trường Trinity tại san Antonio. Đối với ông việc học là để lấy kiến thức, để thay đổi chứ không phải để lấy bằng cấp. Do đó ông chỉ học những môn mà ông cảm thấy có hứng thú. Vì vậy mà ông không lấy được bằng đại học tại trường này.

Năm ông hai mươi tuổi, ông sống tại tại một hiệp hội ăn chay ở Austin. Ở đây, ông học cách nấu nướng và ăn uống lành mạnh. Năm 1979, ông quyết định mở cửa hàng thực phẩm Safer Way Nature Food. Hai năm sau ông hợp tác với các cửa hàng tự nhiên để mở chợ bán buôn thực phẩm đầu tiên tại Austin. Vào cuối những năm tám mươi, công ty Whole Foods của ông chinh phục các thị trường Houston, Dallas, New orleands. Vào năm 1989, công ty đã mở rộng thêm ra West Coast, có chi nhánh ở New York, Canada và Anh.

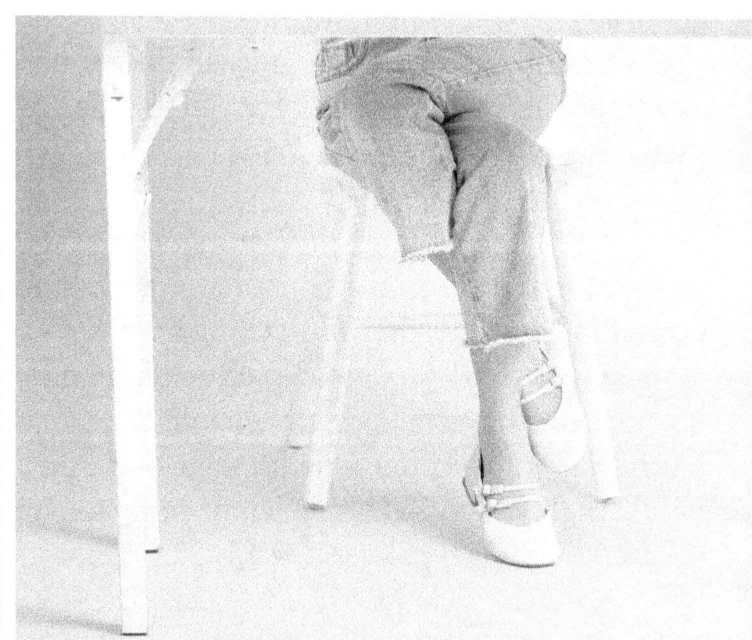

BẠN TỐT HƠN BẠN NGHĨ ! SAO KHÔNG ĐÁNH CƯỢC MỘT PHEN.

Sâu bên trong bản thân mình, mỗi bạn trẻ Việt thông minh thường muốn tìm kiếm cho mình một lý tưởng và rắc rối lớn nhất của họ là nhận ra nó là gì. Sao bạn không thử xem qua một số trải nghiệm của ba nhân vật trong ba câu chuyện trên.

Trên đây là ba câu chuyện về người có chí lớn chứ không phải mong học cao. Họ không nặng tư tưởng nho giáo giống như người Việt. Nho giáo được truyền vào Việt Nam mấy trăm năm trước. Nho giáo đã ăn sâu vào vô thức của mỗi người Việt. Nho giáo ép học sinh Việt Nam phải tu thân, trở về bản ngã bổn thiện, xem trọng lễ nghĩa hơn sự giàu sang và chắc chắn không thể khẳng định mình trong môi trường kinh tế thị trường ngày nay.

Năm xưa mỗi con người Việt có thể nhẹ dạ và dễ bị tác động bởi người Trung Quốc nên chúng ta tiếp thu nho giáo một cách rất thụ động. Ngày nay chúng ta đi theo nho giáo một cách vô thức khi lập ra nền giáo dục. Giới trẻ Việt Nam có học người phương tây thì học cách tự do ăn mặc, nhuộm tóc… chứ có học cái tự do tư tưởng để không bị nho giáo gò bó đâu. Giáo viên Việt Nam cũng còn nặng tư chất thầy đồ, dùng hình phạt hơn là khích lệ học sinh. Sao người này chưa khám phá ra rằng: khi khuyến khích học trò, tức thì lỗi lầm gì cũng dễ sửa, việc khó khăn gì cũng dễ làm.

Tính hiếu học của mỗi con người Việt xuất phát từ nho giáo. Đạo nho dạy người ta phải đi theo tri thức mà không dạy người ta cách vận dụng chúng vào thực tiễn cho hiệu quả. Ví dụ như tôi khi còn nhỏ chẳng hạn, mỗi học sinh Việt Nam có cái nhìn phiến diện đối với tính hiếu học dẫn đến học chỉ để lấy danh, bằng và thể hiện tính hiếu học một cách thái quá đến nỗi cuồng tín lao học vấn mà chẳng biết học để làm gì, vận dụng ra sao. Đạo nho dạy người ta khiêm nhường, điều này đã áp chế tố chất bẩm sinh của con người để thành công. Đạo nho đề cao cần cù hơn thông minh, điều này đã áp chế trí tuệ mỗi con người Việt. Điều đáng nói là các nhà giáo dục đã áp đặt những giáo lý này lên học trò, tuyên truyền cái lợi của nó một cách vô căn cứ, khiến học sinh hoang tưởng mình đang đi đúng hướng và không còn ý muốn thay đổi để thành công. Đạo nho có nhiều bất cập cho sự phát triển của mỗi người Việt.

Mỗi con người, ai cũng có bản năng gốc, đó là dục vọng và lòng ích kỉ, muốn khẳng định mình trong xã hội. Không ai có thể xóa bỏ bản năng gốc của con người được vì chúng là do ông trời tạo ra, là bản chất, là máu thịt, là lẽ sống của con người. Bản chất của con người giống như dòng sông. Chúng ta không thể xóa bỏ một dòng sông được mà chỉ có thể uốn nắn để dòng chảy biến thành nước tưới ruộng đồng. Nếu chúng ta tìm cách san lấp nó, nó sẽ chảy theo hướng khác, biến thành lũ, hủy diệt con người, hủy diệt môi trường.

Có một nghịch lý là nho giáo ảnh hưởng đến giáo dục Việt Nam, do đó trong nền giáo dục này, học sinh được khuyến khích tu thân, trở về bản ngã bổn thiện, có thể ẩn náu trong việc học để cầu mong sự an toàn. Nhưng học sinh sau khi tốt nghiệp, phải lao vào nền kinh tế thị trường đầy năng động. Bản chất của nho giáo là đào tạo ra một giai cấp trí thức học ra để làm quan, chứ không phải để tạo ra của cải. Nho giáo khuyên học sinh Việt Nam xem trọng lễ nghĩa hơn sự giàu sang. Điều này có thực sự giúp học sinh Việt Nam lễ phép hơn hay không, có khiến người Việt coi trọng cái đức hơn hay không, khi mà khi ra trường ai cũng ngầm hiểu "phú quý sinh lễ nghĩa".

Ở đây không phải là tôi xem nhẹ chuẩn mực đạo đức nhưng chuẩn mực đạo đức được dạy ở trường học ở Việt Nam rồi học sinh Việt Nam lại hiểu: nói vậy chứ không phải vậy. Tôi muốn đưa một ví dụ: Mike Tyson là siêu sao quyền anh. Ngay từ nhỏ ông ta là một tay côn đồ. Giáo dục đạo đức của thầy cô không giúp ích gì với ông ta. Một ngày một người bạn khuyên anh ta nên tập quyền anh. Vài năm sau Mike Tyson trở thành siêu sao quyền anh và trở thành triệu phú. Chính điều này mới khiến Mike Tyson không còn trở nên côn đồ như trước.

Nhiều học sinh Việt sau khi tiếp thu nền giáo dục đậm chất nho giáo, giống như tôi chẳng hạn, thường tu thân, trở về bản ngã bổn thiện nên không dám mạo hiểm ra ngoài làm mở cho mình một cơ sở làm ăn. Trong nền kinh tế thị trường ngày nay, sự an toàn này quá nửa là cuồng tín. Tôi trước kia chỉ dám đi học và làm công ăn lương. Tôi lúc đó chưa hiểu rằng tầng lớp làm công ăn lương chịu rủi ro lớn nhất trong xã hội. Cuộc sống thành thị vốn chịu rất nhiều rủi ro.

Một tầng lớp học sinh, ví như tôi chẳng hạn, thụ động, cầu mong sự an toàn, nhẹ dạ, dễ bị tác động thì tầng lớp đó làm sao có thể tự làm chủ lấy cuộc đời mình. Một tầng lớp học sinh không thể làm chủ lấy cuộc đời mình thì làm sao làm chủ đất nước, thậm chí còn là gánh nặng của đất nước. Một đất nước mà có tầng lớp học sinh không thể làm trụ cột cho đất nước mà chỉ là gánh nặng cho đất nước thì đất nước đó làm sao đi lên được. Hệ quả của sự nhẹ dạ này là: học trò Việt Nam bị những giáo lý đạo nho áp chế, làm cho sinh viên Việt rất thụ động, không phát huy được các tố chất cần thiết để thành công, quá vất vả trong việc học mà thành quả chẳng bao nhiêu.

Giáo dục Việt Nam tạo ra sản phẩm nửa Tàu nửa Tây. Chúng ta học tập nước khác theo kiểu bê nguyên si mà không có đầu đuôi. Từ thập niên 2000 trở về trước, nhiều sinh viên Việt, ví như tôi chẳng hạn, chỉ muốn đậu đại học và khi ra trường họ "ngầm" tự mãn với tấm bằng đại học, cam chịu số phận làm công ăn lương. Nhiều sinh viên Việt Nam, ví như tôi chẳng hạn, mang trí tuệ chết của một nho sinh nên chưa thể khẳng định mình trong xã hội và cũng vì tất cả họ đều chỉ muốn làm công ăn lương nên xã hội có thể chưa tạo ra nhiều việc làm cho họ. Nhiều sinh viên Việt khi ra trường có một cuộc sống chật vật, bấp bênh và chịu vô số rủi ro. Đất nước Việt Nam hằng năm phải lo giải quyết công ăn việc làm cho tầng lớp này. Tầng lớp học sinh này trở thành gánh nặng của đất nước thay vì là trụ cột của đất nước.

> **DÙ CHÚNG TA TRỞ THÀNH TÀI NĂNG BÁC HỌC NHỜ VÀO KIẾN THỨC CỦA NGƯỜI KHÁC, NHƯNG MUỐN TRỞ THÀNH MỘT NGƯỜI THÔNG MINH THÌ PHẢI DỰA VÀO TRÍ TUỆ CỦA CHÍNH MÌNH.**
>
> **VOLTAIRE (PHÁP)**

Giáo lý nho giáo luôn ép học sinh đề cao tri thức hơn trí tuệ. Học sinh Việt Nam chưa hiểu được rằng chính trí tuệ mới tạo ra tri thức. Chỉ có trí tuệ mới vận dụng tri thức vào cuộc sống. Người biết đề cao trí tuệ hơn tri thức thường học một biết mười. Người biết đề cao trí tuệ hơn tri thức thường biết vận dụng sáng tạo tri thức vào cuộc sống. Người biết đề cao trí tuệ hơn tri thức thường là người có ích cho xã hội, tạo ra nhiều giá trị, của cải cho xã hội. Ví như tôi chẳng hạn, học sinh Việt Nam vì bị bắt đề cao tri thức hơn trí tuệ nên biến thành những con lừa thồ sách, biết một đống tri thức mà trí tuệ thì chưa phát triển lên nên chẳng biết vận dụng tri thức như thế nào.

QUAN NIỆM ÉP NGƯỜI TA THÀNH GÁNH NẶNG CỦA ĐẤT NƯỚC:

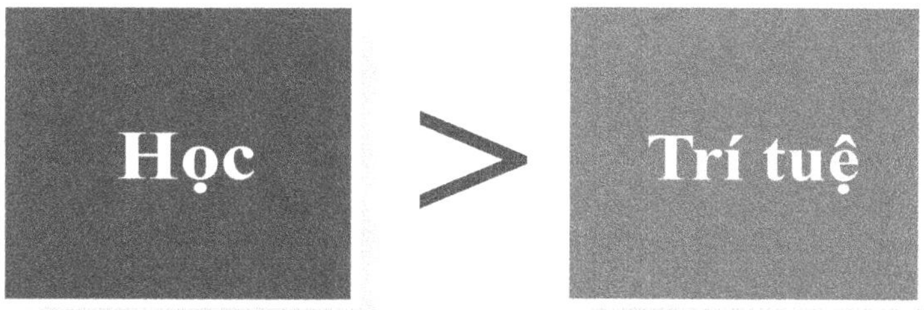

Giống như tôi chẳng hạn, mỗi bạn trẻ Việt không phải là không biết điều này mà vì họ cũng như tôi giống như những con bò ngu ngốc, giống như những con trâu độc đoán, bảo thủ, không khoan dung trước sự thay đổi, trước những cái tiên tiến, tiến bộ nên mỗi bạn trẻ Việt cũng như tôi để nền giáo dục này xỏ mũi dắt đi. Chính trí tuệ và hành động của bạn học sinh Việt Nam sẽ hình thành kiến thức và kĩ năng của riêng bạn. Ở phương Tây, nhiều người sau khi thành chuyên gia ở lĩnh vực gì sẵn sàng viết sách chia sẻ kinh nghiệm của mình. Việc học là học tập suốt đời, từ nhiều nguồn chứ không đơn giản chỉ là học trong sách giáo khoa.

Tôi tự hỏi mỗi bạn trẻ Việt Nam thay vì khẳng định mình bằng việc học, sao bạn không theo đuổi việc nghiên cứu, khám phá để chinh phục và thay đổi xã hội, đất nước. Bên cạnh đó, đâu phải ai cũng học giỏi và có thể khẳng định được

mình trong việc học, những bạn này thường vui chơi, khẳng định mình trong game, (ví như tôi chẳng hạn), sao những con người này không theo đuổi việc mình có sở trường. Sao chúng ta cứ phải lầm tưởng người đời cười cợt mình nếu mình trèo cao, té đau khi theo đuổi sở trường của mình. Sau khi ra trường vì chưa biết cách tồn tại ở thành thị, tôi cũng như nhiều sinh viên Việt khi ra trường thường chỉ biết tận dụng lối tư duy du kích của người Việt: " thụ động khi làm những việc lớn và năng động khi làm những việc nhỏ".

QUAN NIỆM CÓ THỂ BIẾN NGƯỜI TA THÀNH CON NGƯỜI THẬT SỰ CỦA HỌ:

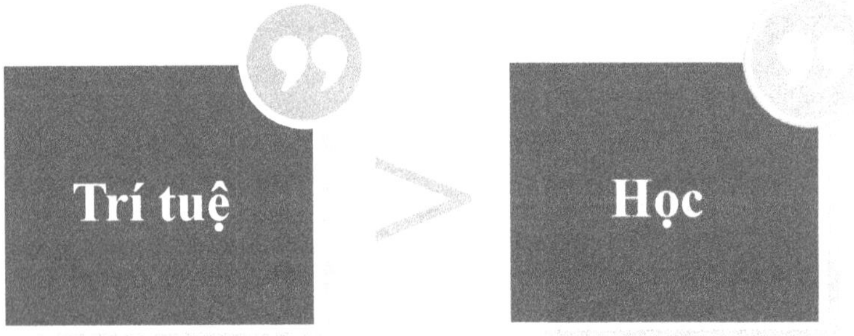

Nhiều người thường xem việc học là gốc của mọi thành công. Nhưng trí tuệ và hành động mới tạo ra tri thức. Kiến thức cũng từ kinh nghiệm, từ trí tuệ mà ra cả. Nhiều học sinh Việt Nam tuy rằng luôn có hoài bão, ước mơ cho riêng mình, nhưng rất ít người thành công vì họ chưa vận dụng trí tuệ của mình, mà mới biết học thôi. Mỗi bạn trẻ Việt quan niệm chưa đúng rằng: **học + làm = giàu**

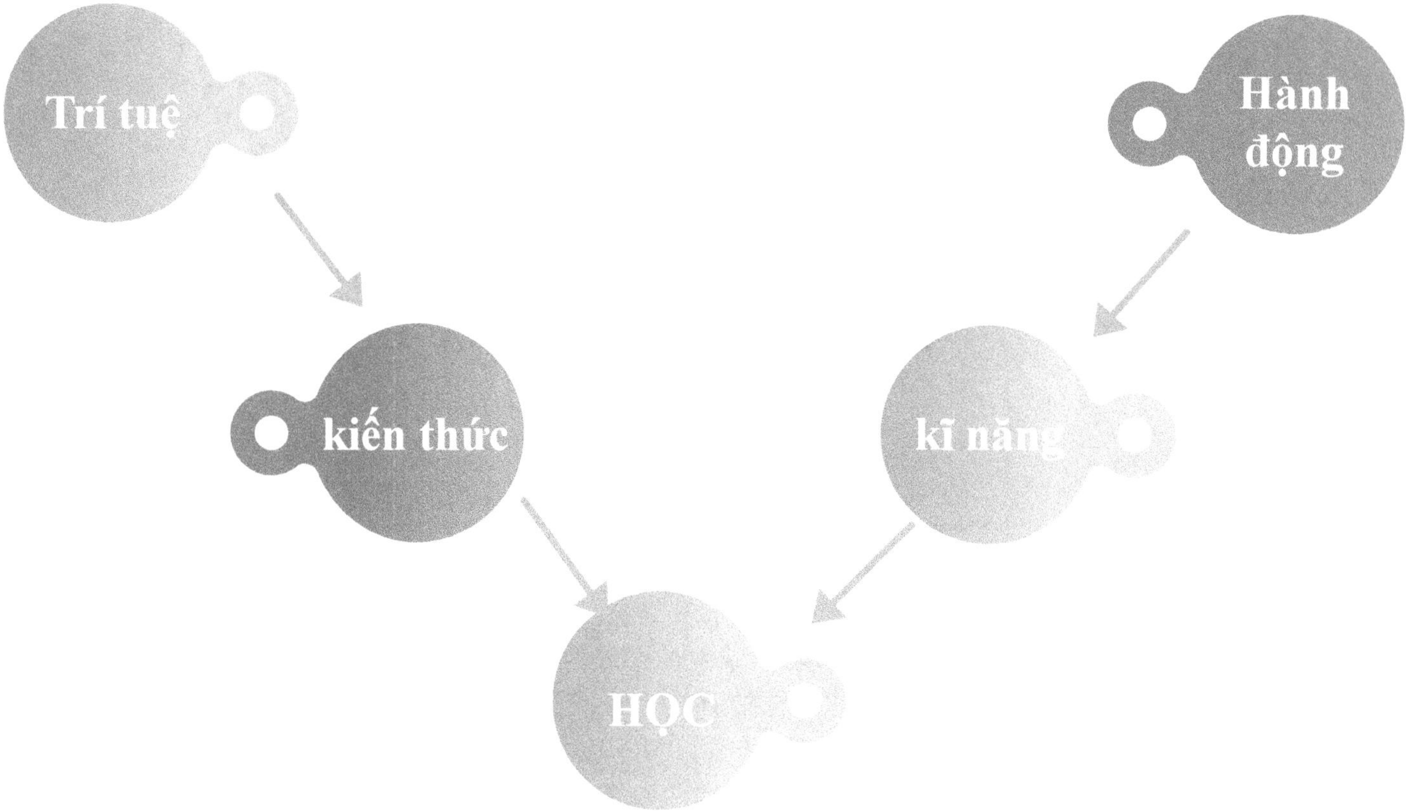

Người ta học kiến thức và kĩ năng. Mà kiến thức và kĩ năng từ trí tuệ và hành động mà ra. Vậy yếu tố quan trọng nhất là trí tuệ và hành động chứ không phải việc học. Bản chất của mọi thành công là trí tuệ và hành động. Nếu ai cũng trọng việc học mà không trọng trí tuệ, hành động thì lấy ai sáng tạo kiến thức để chúng ta học. Học để có cái nền tri thức đã. Tuy nhiên tại sao mỗi bạn học sinh Việt Nam không tận dụng tối đa trí tuệ và hành động thật nhiều(sáng chế, nghiên cứu, khám phá…).

Sao bạn không thử xem qua quan niệm đúng đắn: **trí tuệ + hành động= giàu**. Đọc chương 3 các bạn đã biết, bản chất của việc mưu cầu đại sự là mượn trí và lực của người khác, vậy còn bản chất của việc khởi nghiệp là cho người khác(mà đúng hơn là xã hội) mượn trí và lực của mình. Một người thông minh cách mấy mà không đem lại lợi ích cho xã hội thì mãi vẫn là người làm công ăn lương. Vì số tiền bạn kiếm được phụ thuộc vào lợi ích mà bạn đem lại cho xã hội. Việc bạn có thông minh hay không chẳng liên quan gì mấy đến số tiền bạn kiếm được cả, thậm chí trí thông minh của bạn còn khiến bạn ảo tưởng vĩ cuồng, muốn xã hội phải công nhận mình, thay vì đem lại lợi ích cho xã hội. Nếu trí tuệ của bạn mãi vẫn là trí tuệ đơn thuần thì bạn mãi vẫn là viên ngọc thô mà thôi. Rèn luyện trí tuệ ngay từ nhỏ là điều chắc chắn nên làm. Còn để hành động trở nên thanh thoát và làm giàu, sao bạn không thử xem qua chương 7, phần 6.

HIẾU HỌC VÌ HIẾU DANH: KẾT QUẢ THẾ NÀO.

CÓ NÊN HIẾU HỌC CHỈ VÌ HIẾU DANH, SĨ DIỆN HAY KHÔNG.

LỜI THÚ NHẬN:

Trước khi viết những dòng này, tôi xin thú nhận với quý độc giả là tôi cũng từng là người học vì sĩ diện hão. Năm cấp một tôi học vì gia đình nhưng vào năm cấp hai, cấp ba tôi học vì không muốn thua kém bạn bè. Lúc đó tôi ngoài miệng nói tôi học vì tương lai nhưng thực chất tôi học chỉ để hơn thua với bạn bè. Tôi cũng thi và đậu đại học mà chẳng biết trường đại học đó có đóng góp gì cho sự nghiệp của tôi sau này, tôi thi để chứng tỏ với bạn bè là tôi có khả năng đậu đại học. Kết quả tôi tốt nghiệp mà không chật vật lắm mới xin được việc và công việc của tôi cũng trái ngành tôi học. Do đó tôi không muốn bạn đi vào vết xe đổ của tôi khi viết các dòng này.

Trong quá trình học nếu một bạn học sinh Việt Nam có bằng cấp cao mà ra trường không có công danh tương xứng thì người xung quanh sẽ nhanh chóng quên đi cái danh có được trong việc học. Người ưa hư danh vô tình không đếm xỉa gì đến những tài năng khác của mình, những tài năng thực sự bên trong của mình. Bạn sẽ trở thành chuyên gia về điều gì đó nếu bạn tập trung vào nó ngay từ khi còn bé. Người không coi trọng thực tài của mình thì sẽ chưa hiểu được rằng chỉ có thực tài mới đem lại cho họ thành công thực sự. Trong xã hội kinh tế thị trường ngày nay người ta thành danh thực sự sau khi ra trường chứ không phải trong quá trình học. Trong xã hội người ta có thể thành công ở những lĩnh vực khác nhau bằng những tài năng khác nhau. Kiến thức, bằng cấp chỉ là công cụ, không phải đích đến. Khi đó, cái mà người ta cần là thực tài, vì chỉ có thực tài người ta mới có công danh sự nghiệp thực sự trong nền kinh tế thị trường.

Người Việt thường học vì sĩ diện, mà tính sĩ diện hão hình thành vẫn là do lối sống cộng đồng. Khi tôi đi học, những lớp nhỏ, học sinh có thể ngoan, nhưng càng lên lớp lớn, học sinh càng không sợ thầy cô. Càng lên lớp lớn, học sinh càng xem những việc như quay cóp, chép tài liệu là chuyện bình thường, kể cả học sinh giỏi. Phải nói càng lên lớp lớn, đạo đức càng xuống. Vì sao? Áp lực của thầy cô và điểm số vô tình khiến học sinh đoàn kết lại, không còn chính kiến cá nhân nữa. Trong chương trước tôi đã bàn về sự tập thể hoá gây hại cho thành công của người Việt. Trong chương này tôi sẽ nói sự tập thể hoá làm cho học sinh Việt Nam xuống đạo đức như thế nào.

Là người độc lập, một học sinh Việt Nam có thể là một người học giỏi, thông minh; khi ở trong tập thể mỗi học sinh Việt Nam có thể có tính khí thất thường, dữ dội, hoang dã cũng có sự nhiệt tâm và dũng cảm của một người nguyên thủy. Với sự nhiệt tâm và dũng cảm này, học sinh Việt Nam có thể đối phó với thầy cô. Trong tháp nhu cầu của maslow, nhu cầu an toàn là nhu cầu nguyên thuỷ nhất của con người, chỉ trên nhu cầu sinh lý. Khi học sinh luôn phải vì sự an toàn của mình, bảo vệ mình trước thầy cô và điểm số, học sinh khi đó không khác gì những kẻ man rợ. Sự nhiệt tình, nông nổi này vẫn theo học sinh cho đến khi họ ra trường, và người Việt thường chỉ biết đối phó với cuộc sống.

Trong tập thể mỗi học sinh Việt Nam luôn bị tụt xuống nhiều bậc trong nấc thang văn hóa. Và lối sống cũng như sự đi xuống này tiếp diễn cho đến khi học sinh ra trường. Đặc điểm tệ nhất và lớn nhất của lối sống cộng đồng của học sinh Việt Nam là sự kém trưởng thành về nhận thức, về trình độ tư duy, và chí khí độc lập. Học sinh Việt Nam chỉ biết trả bài chứ không hề biết phản biện lại thầy cô.

Trí tuệ, suy nghĩ của mỗi học sinh Việt Nam thường phải hoà lẫn tâm hồn với tập thể nên mỗi học sinh Việt Nam vẫn chưa hề có chí khí riêng. Khi hoà mình với tập thể cá tính có ý thức bị áp chế; hành vi thiên về bản năng thường chiếm thế thượng phong. Đây là nguyên nhân của sự hư hỏng.

Khi đó (ví như tôi chẳng hạn khi còn nhỏ), mỗi học sinh Việt thường nhẹ dạ và dễ bị tác động bởi xu hướng, phong trào của tập thể. Khi đó, nhiều học sinh Việt Nam học vì hiếu danh, vì sĩ diện. Nhiều học sinh Việt Nam học vì không muốn thua kém bạn bè trong lớp, muốn vươn lên tạo cho mình một vị trí trong tập thể. Rất nhiều học sinh Việt Nam thích khoe mẽ, có được những con điểm, bằng cấp giả tạo. Một bộ phận học sinh Việt Nam thì tìm cách giấu dốt, đi học thêm để được thầy cô nâng đỡ. Phụ huynh của những học sinh Việt Nam này phải gồng mình, kiếm tiền mua danh cho con để rồi biến con mình thành loại người hữu danh vô thực. Nhiều học sinh Việt thường mê hư danh hơn thực tài.

Do chưa hình thành suy nghĩ và cá tính có ý thức cũng như chưa hình thành chí khí riêng nên nhiều bạn học sinh Việt Nam vẫn còn quan niệm

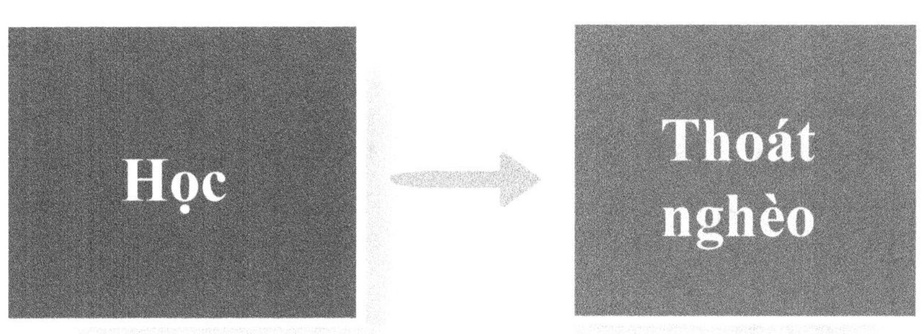

Khi hành động theo xu hướng, suy nghĩ dễ bị tác động và nhẹ dạ, mỗi học sinh Việt Nam thường muốn có những thành công từ những con điểm, danh hiệu, bằng cấp, nhưng những thành công này dễ tạo tâm lý ảo tưởng vĩ cuồng khi đánh giá về bản thân mình. Việc học giỏi, bằng cấp là tốt nhưng đừng để những thứ này khiến ta ảo tưởng vĩ cuồng. Giống như một cậu bé từ nhỏ được bố mẹ nuông chiều và nghĩ mình là rốn của vũ trụ, khi ra đời thì nhận ra mọi sự không như vậy. Người có con điểm tốt, danh hiệu cao, bằng cấp xuất sắc thường thường mang tâm lý ảo tưởng vĩ cuồng rằng mình là trung tâm. Điều này sinh ra tính ngầm tự cao của nhiều học sinh giỏi Việt Nam(ví như tôi chẳng hạn). Khi ra trường cuộc đời không dễ như đã tưởng tượng. Mỗi người Việt khi đã "ngầm" tự mãn với thành tích học tập thì thường sợ sai trong nền kinh tế thị trường nên không hề muốn có cho mình một sự nghiệp thành công. Hư danh chỉ đem lại hương hoa chứ không đem lại trái ngọt.

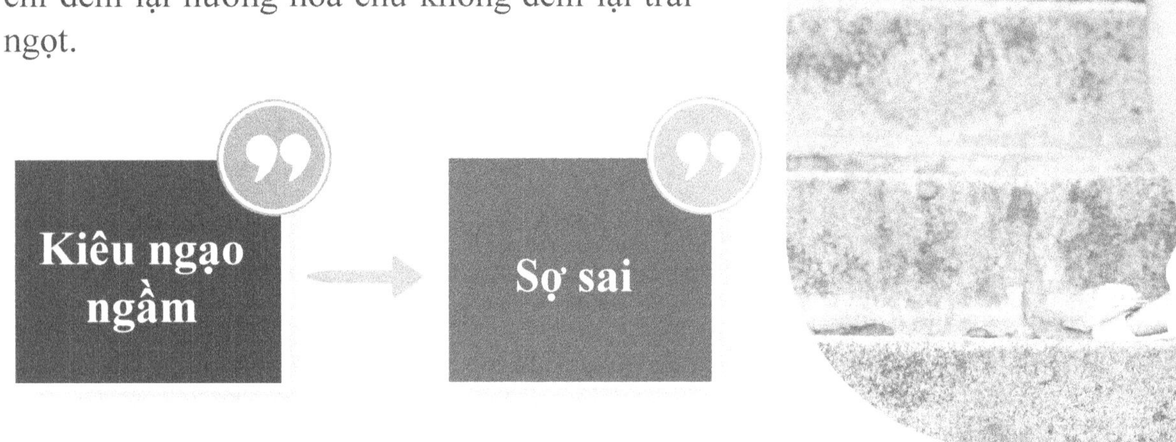

Tài năng rèn luyện trong thinh lặng còn chí khí rèn luyện giữa xã hội. Tôi đã viết về cách để cải cách giáo dục Việt Nam ở chương 7, còn trong phần này, tôi chỉ viết về cách để tạo chí khí cho học sinh Việt.

Sao các bạn học sinh Việt Nam cứ phải lầm tưởng người đời cười cợt mình nếu mình có chí khí riêng, tự do theo đuổi những cái trí tuệ. Trong lối sống tập thể, số đông, mỗi học sinh Việt Nam không thể tiếp nhận những suy nghĩ mang tính trí tuệ mà chỉ có thể tiếp nhận những cái bình thường. Trong tập thể mỗi bạn trẻ Việt vẫn còn bảo thủ, không khoan dung với những khái niệm mới của phương Tây như doanh nhân, nhà khoa học và vẫn trung thành với những khái niệm cũ của nho giáo như cử nhân, tiến sĩ. Để tiếp nhận những khái niệm mới của phương Tây, mỗi học sinh Việt Nam chắc chắn cần có suy nghĩ và cá tính độc lập.

SAO GIỚI TRẺ VIỆT KHÔNG TRỞ THÀNH DOANH NHÂN THAY VÌ TRỞ THÀNH CỬ NHÂN, TRỞ THÀNH NHÀ KHOA HỌC THAY VÌ TRỞ THÀNH TIẾN SĨ. THÀNH HAY BẠI KHÔNG PHẢI VẤN ĐỀ LỚN.

QUAN NIỆM GIÚP CON NGƯỜI RÈN LUYỆN CHÍ KHÍ:

Để thay đổi chuẩn mực sao bạn học sinh Việt không thử xem qua một số ý kiến của tôi:

Việc học chỉ là khởi đầu, sau khi ra trường mỗi bạn trẻ Việt phải chịu rất nhiều rủi ro. Thành công trong việc học không phải thành công thực sự. Chỉ có thành công trong sự nghiệp mới là thành công thực sự. Tập thể không quan trọng. Suy nghĩ và cá tính của bạn mới là quan trọng nhất. Sao mỗi bạn trẻ Việt không tập trung tối đa hóa tiềm năng và mạnh dạn theo đuổi đam mê. Trong con người bạn có những tiềm năng nào, chúng ta có nên yếm tài ẩn đức hay không, có nên hoài nghi, mặc cảm tự ti hay không. Hai nhà tâm lý Dunning và Kruger nói người có tiềm năng, có tài trong lĩnh vực gì thường có xu hướng giả định rằng người khác cũng giỏi trong lĩnh vực đó, do đó họ đánh giá thấp khả năng của mình và mang ảo tưởng tự ti. Sao mỗi bạn trẻ Việt không bắt đầu khát khao tìm đạo lý mới, thay vì theo lối mòn do người trên, do xu hướng số đông vạch ra.

Sao mỗi bạn học sinh Việt Nam cứ phải lầm tưởng người đời cười cợt mình nếu mình trèo cao, té đau. Bạn tốt hơn bạn nghĩ ! Sao không đánh cược một phen.

Nếu trường học chưa giúp bạn phát huy hết tiềm năng, bạn có nên để điều đó cản trở bạn tiến bước theo một hướng khác hay không. Việc học và bằng cấp nếu không hướng bạn theo hướng bạn muốn, bạn có nên để nó khiến bạn phải từ bỏ ước mơ của mình hay không. Tại sao mỗi bạn trẻ Việt không dừng lại và xem qua các lựa chọn mình có. Tại các bạn trẻ Việt Nam không đi du lịch, có những trải nghiệm mới về thế giới và rút ra những quyết định sẽ hình thành tương lai của bạn. Những viễn cảnh mới lạ là điều kiện cho sự sáng tạo. Quá trình trải nghiệm thường làm cho người ta chín chắn hơn. Số lượng ý tưởng kinh doanh mọi người có được sau những trải nghiệm khi đi du lịch thế giới là rất nhiều.

Thực ra năng khiếu là bẩm sinh, lựa chọn mới phức tạp. Tại bạn lại phải tự tạo ra nhiều áp lực cho bản thân để đưa ra một chọn lựa tốt nhất, tài năng trẻ Việt đang có rất nhiều lựa chọn tốt, bạn chỉ cần chọn một và làm cho nó trở nên tuyệt vời. Tại sao bạn không phát triển các ý tưởng kinh doanh một cách nhanh nhất có thể. Sao mỗi bạn trẻ Việt không dấn tới thật nhanh, xóa sạch rào cản. Sự chín chắn qua những trải nghiệm cộng với sự vội vã của tuổi trẻ sẽ trở thành một thuộc tính mạnh mẽ. Người trẻ Việt sẽ không bao giờ hối tiếc khi làm theo những gì mình cho là đúng.

Sao bạn không thử nghe tôi một lần !...Sao mỗi bạn trẻ Việt không thử dừng suy nghĩ về mơ ước của mình mà biến nó thành hiện thực. Khi còn trẻ là thời gian tốt nhất để bắt đầu sự nghiệp kinh doanh riêng của mình vì mỗi bạn trẻ Việt không phải chịu những trách nhiệm như khi lớn tuổi hơn. Dù điều tồi tệ nhất có xảy ra thì mỗi bạn trẻ Việt đã có những kinh nghiệm ban đầu quý giá để lần mạo hiểm tiếp theo thành công. Sao mỗi bạn trẻ Việt không có thật nhiều sai lầm và trong thời gian nhanh nhất có thể rồi loại bỏ nó trên con đường thành công của mình. Con người ta không thể thành công trong tích tắc được.

CAN ĐẢM GIA TĂNG KHI NGƯỜI TA DÁM LIỀU, SỢ SỆT GIA TĂNG KHI NGƯỜI TA DO DỰ, TRONG NHIỀU TÌNH HUỐNG, SỰ LIỀU LĨNH THAY THẾ CHO SỰ KHÔN NGOAN

SYRUS

Để lập nghiệp, tôi luôn tâm niệm một kinh nghiệm sống còn, đó là liên kết hoặc dựa vào người có tố chất, đặc điểm khác ta để họ bù đắp khiếm khuyết cho ta. Tôi cũng luôn tâm niệm câu nói của Syrus để luyện đức tính can đảm, dám làm "can đảm gia tăng khi người ta dám liều, sợ sệt gia tăng khi người ta do dự, trong vài tình huống, sự liều lĩnh thay thế cho sự khôn ngoan". Sự liều lĩnh đôi khi đem lại những kết quả tai hại nếu ta không biết mình đang làm gì. Nhưng nếu ta biết mình đang làm gì, biết dựa vào người có tố chất khác ta, ta có thể làm nên điều tuyệt diệu.

Giới trẻ Việt Nam cũng có người theo đuổi đam mê, nhưng một bộ phận trong số họ có trình độ và thành tích vẫn chưa cao. Tuy nhiên họ vẫn chưa nhận ra điều này và mang tâm lý ảo tưởng vĩ cuồng rằng những gì mình đạt được rất ưu việt. Nguyên nhân một phần là do giới trẻ Việt Nam bị bó hẹp về tầm nhìn không gian, ít tiếp xúc với các dân tộc khác.

Tầm nhìn của các dân tộc		Nguyên nhân
Người Mỹ	Toàn cầu	Chủ động, chinh phục tự nhiên
Người Nhật	Toàn cầu	Quyết tâm, chinh phục hoàn cảnh đất nước (nghèo tài nguyên, nhiều thiên tai)
Người Trung Quốc	Đất nước Trung Quốc	Tự tôn dân tộc
Người Việt	Địa phương, làng xã	Hướng nội, cam chịu, thụ động, trẻ con

Khi giới trẻ Việt thường yêu gia đình, tổ quốc đến mức tự bó tầm nhìn trong địa phương, làng xã, vì vậy tầm nhận thức và năng lực của họ sẽ bị bó hẹp. Hai nhà tâm lý học Dunning và Kruger đã nói người có tầm nhận thức, năng lực chưa cao và có kĩ năng kém thường đưa ra những nhận thức sai lầm, những quyết định chưa hẳn tối ưu nhưng cũng vì thiếu năng lực nên họ không nhận thức được về những điều đó. Do đó sao mỗi bạn trẻ Việt không mở rộng tầm nhìn không gian để biết mình đang ở đâu.

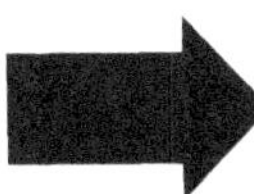

III KHIÊM TỐN HÃO: ĐIỀU GÌ NGĂN TRỞ SỰ TỰ TIN CỦA GIỚI TRẺ VIỆT.

SAO BẠN KHÔNG THỬ XEM QUA MỘT VÍ DỤ.

Trong một đấu trường, nếu hai đối thủ đều chọn chiến thuật nhu mì để chiến đấu, không ai thể hiện sức mạnh, ai cũng chờ để đối phương tấn công trước rồi mình có dịp phô diễn tài năng. Tuy nhiên không ai chịu tấn công trước cả và sau cùng chẳng có ai giành chiến thắng vì đâu có phô diễn được sức mạnh. Trận đấu như vậy chẳng có gì đáng xem và hai đấu sĩ cũng chẳng tiến bộ lên được. Trong một đấu trường, một đấu sĩ chọn phương án tấn công, phô diễn sức mạnh, người kia chọn phương án nhu mì, phòng thủ. Trận đấu này có người thắng, người thua. Nó cũng có thể coi là một trận đấu hấp dẫn, hai đấu sĩ vẫn phô diễn được sức mạnh và tiến bộ lên sau trận đấu.

Một trận đấu mà cả hai đấu sĩ đều chọn phương án tấn công, phô diễn sức mạnh. Trận đấu này vô cùng ác liệt, có người thắng, người thua. Một trận đấu như vậy sẽ được coi là vô cùng hấp dẫn, các đấu sĩ sẽ có dịp phô diễn tài năng và tiến bộ lên dần sau các trận đấu như vậy.

Nếu một xã hội giống như trận đấu thứ nhất, ai cũng tỏ ra khiêm nhường đến mức nhún nhường, ít khi thể hiện bản thân, thì chẳng có ai thành công và chẳng có ai được dịp phô diễn tài năng của mình. Xã hội đó không ai giành chiến thắng cả, và cũng khó phát triển.

KHI BẠN Ý THỨC ĐƯỢC MÌNH LÀ NGƯỜI KHIÊM TỐN NGHĨA LÀ BẠN KHÔNG CÒN KHIÊM TỐN NỮA.

LEV TOLSTOY

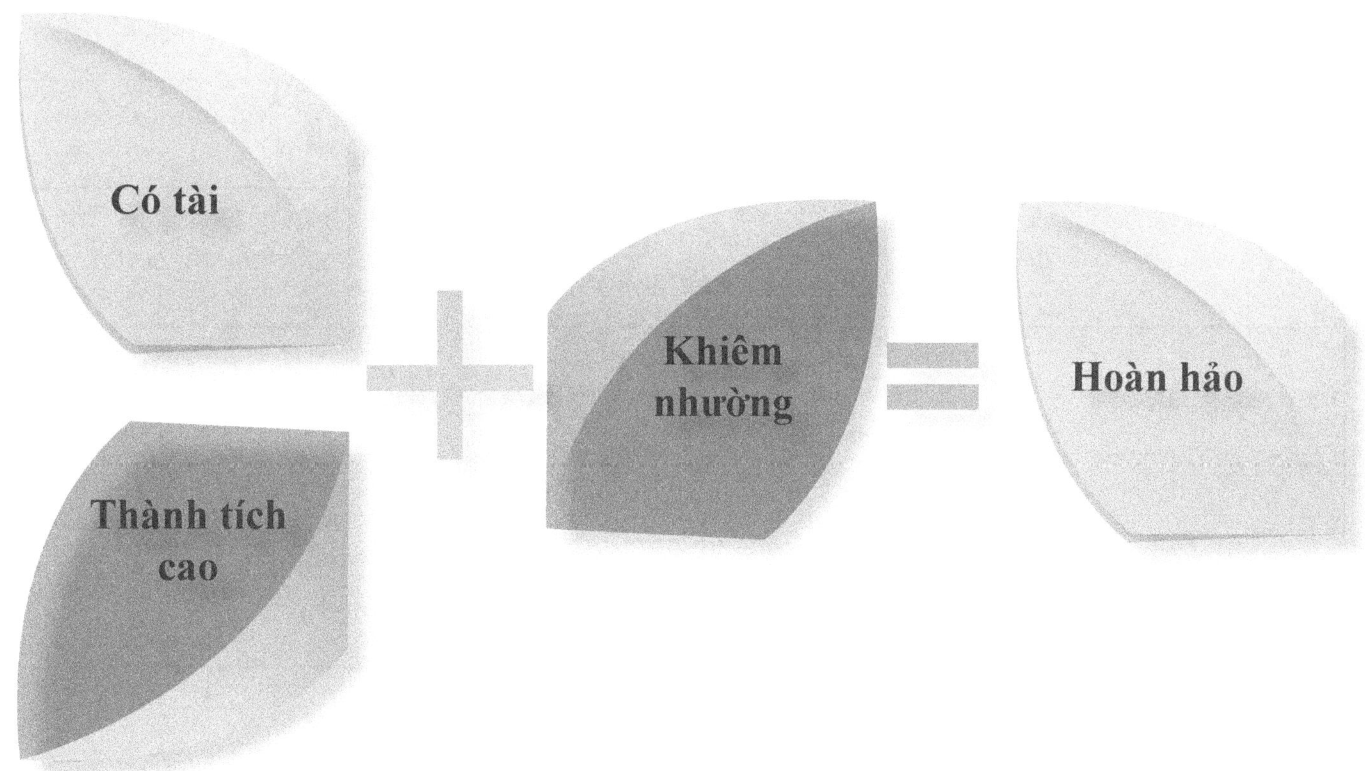

Người tự cho mình là hoàn hảo thường là người kiêu ngạo. Người muốn biến mình trở thành người hoàn hảo cũng là người kiêu ngạo. Để không mất hình tượng hoàn hảo, mỗi học sinh Việt Nam cũng như mỗi con người Việt Nam không dám tự tin thể hiện mình mặc dù có thể biết tự tin không phải là kiêu căng. Mỗi người Việt Nam cũng đánh đồng người tự tin thái quá với người kiêu căng. Người tự tin thái quá chỉ kiêu căng khi họ có các biểu hiện sau.

	Kiêu căng	Tự tin
Muốn mình	Hoàn hảo. Muốn mình là trung tâm.	Nổi trội. Muốn mình hơn người.
Thái độ đối với cuộc đời	Muốn cuộc đời mình hoàn hảo từng giây, từng phút	Tận hưởng từng giây, từng phút vì mình chỉ có thể sống nó được một lần.
Tự tin	Tự tin bên trong, nghĩ mình hoàn hảo. Ảo tưởng vĩ cuồng về bản thân	Tự tin bên ngoài nhưng biết mình
Trước ưu điểm	Thể hiện một cách kín đáo để tạo vỏ bọc khiêm tốn, không muốn chia sẻ bí quyết vì sợ người khác hơn mình.	Thể hiện để nổi trội, chia sẻ bí quyết với người xung quanh
Trước nhược điểm	Không chấp nhận và che giấu(giấu dốt, giấu nhược điểm) để không mất hình tượng hoàn hảo	Chấp nhận
Trước những cái mới	Không quyết đoán vì sợ sai	Quyết đoán, dám làm
Trước sai lầm	Không chấp nhận sai lầm	Đứng dậy sau sai lầm
Trước lời khuyên	Không bao giờ chịu nghe lời khuyên. Có khi làm ngược lại để khẳng định mình	Chịu nghe lời khuyên
Trước những cái đáng học hỏi	Không chịu học hỏi. Ngại hỏi, sợ mất hình tượng.	Chịu học hỏi
Trước những ai thể hiện bản thân trước mình	Đố kị, không muốn người khác hơn mình	Không đố kị

Lý Tiểu Long, Cristiano Ronaldo là người tự tin nhưng biết sống cho thiên hạ. Lý Tiểu Long sống để rửa mối nhục " Đông Á Bệnh Phu" của dân tộc Trung Hoa. Cristialno Ronando tự tin để đem lại niềm vui chiến thắng cho hàng triệu fan hâm mộ đội bóng của anh ta. (Người thông minh thường thiếu tự tin bên trong, cách duy nhất để vượt qua điều này là sống cho thiên hạ.)

Cho người khác biết về khả năng của mình không phải là khoe khoang. Thể hiện khả năng của mình một cách tự tin không phải là kiêu căng. Đối với những người thông minh ở Việt Nam, nói giảm khả năng về lâu về dài chỉ có hại vì những lời nói đó lâu dần sẽ tác động vào vô thức của chính chúng ta khiến ta bắt đầu tin rằng mình thiếu khả năng. Cộng thêm vào đó, sự hoài nghi và do dự (hiệu ứng tâm lý Dunning và Kruger) của mỗi con người thông minh ở Việt Nam khiến người thông minh bắt đầu thiếu tự tin vào bản thân. Nếu chẳng may có một số thất bại, chắc chắn mỗi con người thông minh ở Việt Nam sẽ co mình lại, không nổi bật như người phương Tây.

> *Nếu ngày xưa tính khiêm tốn được xem là chuẩn mực đạo đức thì ngày nay tính quảng đại, biết sống cho thiên hạ mới là chuẩn mực đạo đức.*

Người trẻ tuổi Việt Nam thường có cách nhìn phiến diện, cẩu thả trước sự khiêm tốn và thể hiện nó một cách thái quá. Điều này lợi chẳng thấy đâu chỉ thấy con người ta không tự tin thể hiện cá tính, tài năng của mình. Chính vì sự khiêm nhường dại dột này mà người trẻ tuổi Việt Nam chúng ta chưa có thành tích gì lớn trên vũ đài thế giới. Mỗi bạn trẻ Việt Nam lầm tưởng sự giấu tài yếm đức, không thể hiện bản thân chính là khiêm nhường. Thực ra sự khiêm nhường này là sự khiêm nhường chỉ mang tính **làm màu** và **biểu diễn**, trong nhiều tình huống chỉ nhằm mục đích che đậy sự kiêu căng thực sự bên trong. Nó dập tắt sự nổi trội về trí tuệ, cá tính và **bản sắc riêng** của mỗi bạn trẻ Việt Nam.

KHÔNG GÌ GIẢ DỐI HƠN TỎ VẺ NHÚN NHƯỜNG. THƯỜNG THÌ NÓ CHỈ LÀ SỰ CẨU THẢ TRONG QUAN ĐIỂM, VÀ ĐÔI KHI LÀ KHOE KHOANG GIÁN TIẾP.

JANE AUSTEN

Mỗi con người Việt Nam thường khiêm nhường. Nhưng sự khiêm nhường này thực chất là sự nhún nhường. Đây thực chất là sự khoe khoang gián tiếp. Đây cũng có thể là nhằm mục đích che đậy những khả năng tiềm ẩn bên trong. Nó có thể coi sự ích kỉ, mà sự ích kỉ là một phần biểu hiện của sự kiêu căng. Người kiêu căng thường muốn mình là độc nhất, không muốn người khác hơn mình và thường che giấu những cái hay, cái tốt của mình. Tôi tự hỏi nếu mỗi người Việt Nam, ai cũng nhún nhường bên ngoài, kiêu căng bên trong như vậy thì xã hội làm sao phát triển lên bằng xã hội phương Tây được, tài năng của con người làm sao thăng tiến được.

Một xã hội giống như trận đấu thứ hai, ai cũng thể hiện bản thân, cống hiến cho cộng đồng thì xã hội mới phát triển, con người mới đi lên. Một xã hội phải có người tự tin thì xã hội đó mới đi lên được. Còn người kiêu ngạo thực sự thường ngần ngại bộc lộ nhược điểm vì sợ mất hình tượng, không dám mạnh dạn phô diễn ưu

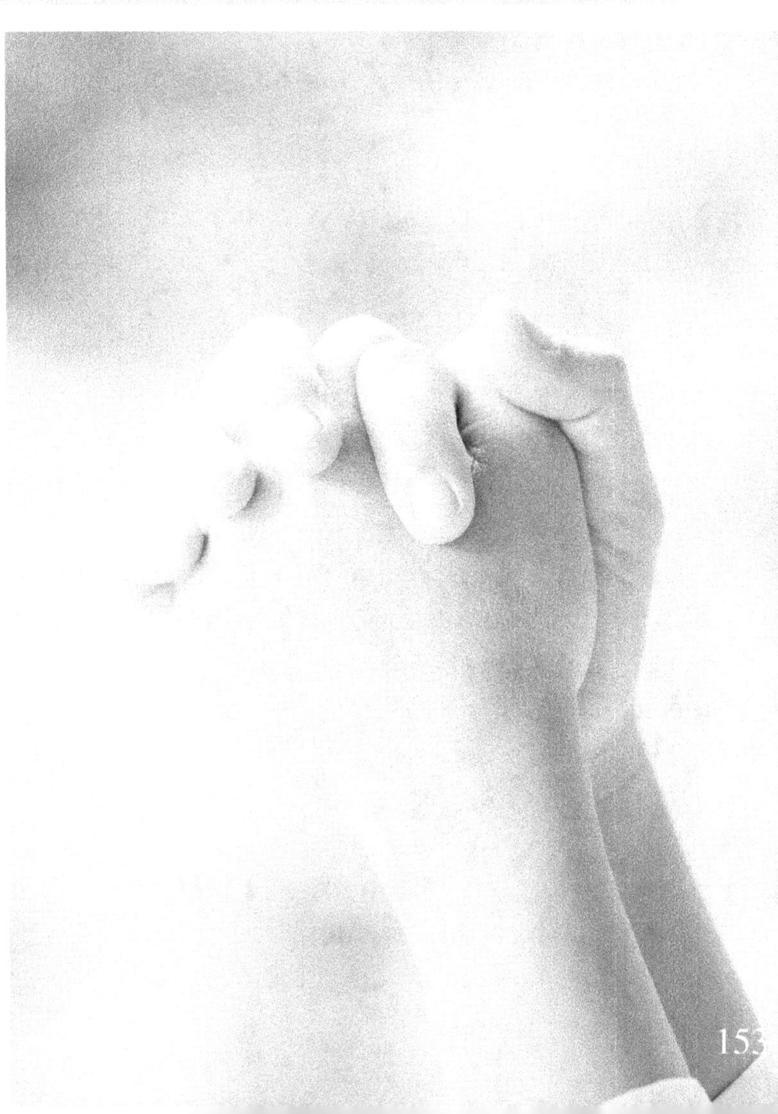

điểm vì sợ sai, sợ thất bại. Sự khiêm tốn của họ chỉ mang tính "biểu diễn" và "làm màu". Khiêm tốn làm màu không thể dành cho giới trẻ. Vì nó khiến giới trẻ chẳng khác gì ông cụ non.

*Người kiêu căng là người cho mình hoàn hảo, là cái rốn của vũ trụ, nghĩ mình không bao giờ mắc sai lầm và không bao giờ thất bại. Do đó họ ngại thử, thiếu tự tin và quyết đoán làm điều gì vì sợ sai, sợ thất bại. Người kiêu căng thường nghĩ mình hoàn hảo và không bao giờ nghe lời khuyên của bất kì ai thậm chí còn làm ngược lại để thể hiện mình. Người kiêu căng thường ích kỉ, ít khi chia sẻ cái hay, cái tốt của mình với người xung quanh vì muốn mình là độc nhất. Biểu hiện của sự kiêu căng không phải là tự tin thể hiện mình mà chính là sự thiếu tự tin trong thể hiện mình vì sợ sai (**người kiêu ngạo thường muốn số phận của mình hoàn hảo, không chút tì vết**), sợ mất hình tượng của bản thân (**người kiêu căng thường đề cao hình tượng của bản thân, muốn hình tượng bản thân hoàn hảo,)** , sợ mất sĩ diện.*

Người khiêm tốn, giấu tài yếm đức cũng rất thiếu tự tin khi thể hiện bản thân vì sợ sai, sợ mất hình tượng. Họ cũng ích kỉ, giấu tài, giấu đức ít khi chia sẻ với người xung quanh. Điều tệ hại nhất là họ cũng thường ít khi quyết đoán dấn thân, làm những điều mới vì sự giấu tài yếm đức khiến họ trở nên yếu đuối và thiếu bản lĩnh trước xã hội. Vì vậy sự khiêm tốn, giấu tài yếm đức ở đây thực chất chỉ là **khiêm tốn bề ngoài, khiêm tốn dại dột,** hay nói đúng hơn đây là sự khiêm tốn bên ngoài, kiêu căng bên trong. Đây thể hiện sự cẩu thả trong quan điểm về khiêm tốn. Mỗi người Việt Nam vì sĩ diện nên tỏ ra khiêm tốn để người ta công nhận mình là người khiêm tốn.

Bản chất của khiêm nhường là biết mình, chứ không phải hạ mình, nó không thể đạt được thông qua dạy dỗ mà chỉ có thể đạt được thông qua tự

ý thức và trải nghiệm. Còn sự khiêm nhường bằng cách hạ mình của người Việt Nam, do dạy dỗ mà ra, chỉ là khiêm tốn bề ngoài, mang tính chất **"làm màu"** nhằm tô điểm cho sự hoàn hảo của con người, đây là tiềm ẩn của sự kiêu căng thực sự. Có nhiều điều ta có thể dạy người khác, có nhiều điều người ta phải tự trải nghiệm và rút ra. Sao tuổi trẻ Việt Nam không được bồi dưỡng trí tuệ, cá tính, tạo cho mình bản sắc riêng và được tự do, có hướng đi cho riêng mình. Cuộc đời sẽ dạy cho mỗi bạn trẻ Việt Nam đức tính dám chấp nhận, chăm chỉ và can trường. Vậy mà mỗi bạn trẻ Việt Nam vẫn chưa được tạo điều kiện để trải nghiệm, để khám phá, để bồi dưỡng trí tuệ, rèn luyện cá tính, tạo cho mình bản sắc riêng, từ đó biết mình là ai và luôn hành động theo sở trường, phát huy tối đa nội lực và luôn vươn lên.

Tự khẳng định mình luôn là nhu cầu tất yếu của một con người. Lối giáo dục dạy người ta phải khiêm tốn, giấu tài yếm đức này làm cho học sinh Việt Nam không thể hiện được trí tuệ của mình. Lối giáo dục này lợi chẳng thấy đâu, chỉ thấy nó tai hại đến mức khiến học sinh Việt Nam bị ức chế vì không thể thể hiện cá tính của mình. Khi học sinh Việt Nam không thể khẳng định được mình, họ thường dễ bị sa ngã, hư hỏng, dễ sa đà vào hưởng thụ, chơi game, ăn chơi. Sự khiêm tốn này thường làm thui chột tài năng trẻ. Khi lớn lên, vì không thể thể hiện sự nổi trội về trí tuệ, cá tính, bản sắc của riêng mình để khẳng định được mình ở môi trường xã hội, người Việt khi trưởng thành dễ sa ngã vào những việc làm ăn phi chính thống, làm hàng giả, hàng nhái, kém chất lượng hoặc dễ sa đà vào ăn chơi, nhậu nhẹt.

Trong cái văn hóa khiêm tốn giả, kiêu ngạo thật, *những con người thông minh ở Việt Nam do không thể hiện được sự nổi trội về trí tuệ, cá tính, bản sắc của riêng mình mà co mình lại*

trong vỏ bọc khiêm tốn và nghĩ mình là trung tâm, là rốn của vũ trụ. Mỗi con người thông minh ở Việt Nam là diễn viên trong cuộc đời của họ, cố làm ra vẻ hoàn hảo, sợ sai, che lấp nhược điểm, sợ mất hình tượng. Người thông minh ở Việt Nam không năng động bằng người thông minh phương Tây.

Làm sao để đối xử với người kiêu căng. Năm xưa ở Trung Quốc, khi Lưu Bang đang giành thiên hạ, Hàn Tín, một kẻ vừa có tài vừa kiêu ngạo, thuộc hạ của ông ta sau khi chiếm được một vùng đất đã đòi phong vương. Lưu Bang nổi giận đùng đùng: Hàn Tín mới chiếm được một vùng đất nhỏ mà đã tỏ ra kiêu căng, đòi phong vương. Tuy nhiên các cận thần của Lưu Bang biết nhìn xa, trông rộng, khuyên ông nên nghĩ cho đại cục, dù sao nếu không có Hàn Tín thì sẽ không thể thống nhất được thiên hạ, tạm thời nên nhẫn một chút, phong vương cho Hàn Tín, sau khi thống nhất thiên hạ rồi tính tiếp. Lưu Bang vì biết nghĩ cho đại cục nên đã thống nhất được thiên hạ.

Trong tập thể, đối với những người Việt Nam vừa có trí tuệ, có tài vừa kiêu căng, tại sao bạn không biết nhìn xa, trông rộng, khuyến khích, tận dụng tài năng của họ. Đối với thái độ kiêu căng của họ, ta cũng không nên đáp trả, trừ phi họ xúc phạm bạn, bạn mới nên đáp trả. Trong tương lai, họ có thể có ích cho xã hội, và có ích cho chính bạn. Biết nhìn xa trông rộng và dám chấp nhận là biểu hiện của bậc đại trượng phu. Để biết cư xử với người kiêu căng như thế nào, sao bạn không tham khảo cuốn "Đắc nhân tâm" phần 3, 4. Và chỉ người kiêu căng thực sự mới không muốn áp dụng những điều này.

THÔNG MINH TÀI TRÍ LÀ ĐÒN BẨY THÚC ĐẨY XÃ HỘI.

BALZAC (PHÁP)

Nếu một xã hội mà người thông minh không phát huy được trí tuệ của mình, xã hội đó sẽ giống như con thuyền giữa biển, mà không có la bàn, bản đồ. Khi đó, con thuyền chỉ có thể giậm chân tại chỗ, hoặc bơi một cách chậm rãi để tồn tại mà không biết đi về đâu. Trong tình cảnh này, sự cần cù của con người cũng sẽ chẳng thể nào phát huy được.

Mỗi nhà giáo dục Việt Nam thường phạm sai lầm TRẦM TRỌNG(tôi xin lỗi khi phải nói điều này) khi không đề cao trí thông minh mà lại đề cao sự cần cù. Ở Việt Nam, điều này đã **DẬP TẮT TRÍ THÔNG MINH** của người Việt ngay từ khi còn trong trứng nước. Nó khiến giới trẻ Việt Nam không hề năng động như giới trẻ các nước phương Tây. Sao người ta không hiểu được rằng người thông minh thường làm việc nhiều hơn người bình thường. Do đó có thể nói trong nhiều lĩnh vực, người thông minh năng động hơn, siêng năng hơn người bình thường. Thiên tài là 10% thông minh và 90% cần cù, nhưng nếu không có 10% thông minh thì người ta sẽ bỏ cuộc ngay khi chưa bắt đầu.

Trong một đội quân, tướng chỉ có một nhưng quân có thể có hàng vạn nhưng nếu không có tướng, quân đông bao nhiêu cũng thất bại. Tương tự như vậy trong thành công, thông minh chỉ chiếm 10% nhưng nó chi phối tất cả mọi hành động còn sự cần cù chiếm 90%. Và nếu không có 10% thông minh thì cần cù bao nhiêu cũng thất bại.

Khi xây một ngôi nhà, móng nhà chỉ chiếm 10% công sức và vật liệu, nhưng nếu nó không vững thì xây cao bao nhiêu nhà cũng sập xuống. Tương tự như vậy, trí thông minh chỉ chiếm 10% đối với thành công nhưng nó là nền móng và nếu không có nó, nỗ lực bao nhiêu rồi cũng thất bại. Nỗ lực chưa chắc sẽ thành công, nỗ lực đúng cách mới thành công. Vậy mà mỗi thầy giáo, cô giáo Việt Nam không ý thức được điều này, và rất phiến diện cũng như không hề biết nhìn xa trông rộng khi phủ định tầm quan trọng của trí thông minh mà chỉ chú trọng dạy rằng

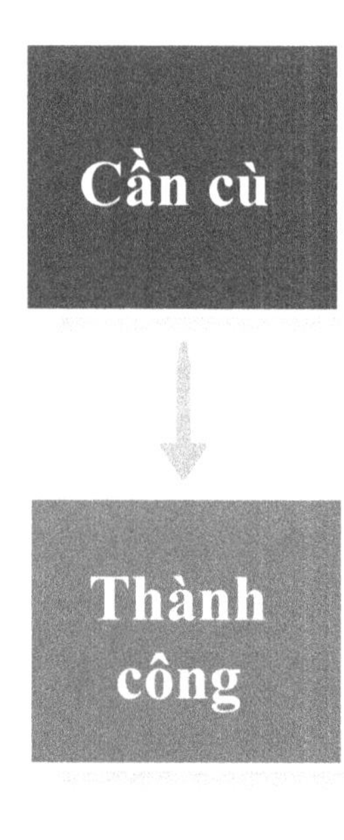

Cách nghĩ **phiến diện** này của giáo viên khi áp đặt vào học sinh Việt Nam cộng thêm sự **thái quá** của học sinh Việt Nam khi áp dụng nó khiến trí tuệ của mỗi bạn trẻ Việt Nam gần như là trí tuệ **chết.** Học sinh Việt Nam được dạy rằng : "cần cù bù thông minh" nhưng giáo lý này không hoàn toàn đúng trong thời kì ngày nay. Thực tế đã chứng minh trong thời đại công nghệ cao, thời đại khoa học kĩ thuật như hiện nay nếu không có một chút thông minh người ít thông minh khi làm nên việc đòi hỏi trí tuệ cao sẽ bỏ cuộc ngay từ đầu, hoặc thất bại đến mức u đầu, bể trán.

Chính trí thông minh mới là nền tảng cho cho sự năng động, từ đó trở thành điều kiện không thể thay thế sự cần cù và là cái gốc của sự thành công.

Giống như Albert Einstein và Lý Tiểu Long, khi người ta tìm ra trí thông minh của mình phát huy ở chỗ nào, người ta mới hăng say lao động, sự cần cù của con người khi đó mới bộc lộ ra. Nếu không tìm ra trí thông minh của mình phát huy ở chỗ nào, hai nhân vật trên, một người mãi vẫn là kẻ ngu ngốc, một người mãi vẫn là côn đồ. Nếu Albert Einstein không thể hiện "cá tính" của mình, bỏ ngoài ta những lời đánh giá là ông ta thiếu thông minh, thì ông ta sẽ không thể kiên trì đi đến thành công. Nếu Lý Tiểu Long không thể hiện cá tính can đảm, dám làm của mình thì sẽ không nổi bật, không trở thành minh tinh được.

Học sinh Việt Nam thường ít khi có "cá tính", có hướng đi cho riêng mình mà thường để gia đình và thiên kiến của xã hội định hướng hướng đi cho mình. Mỗi bạn trẻ Việt Nam thường hành động theo thiên kiến của xã hội chứ không hề có chủ kiến cá nhân, thường đi theo lối mòn sẵn có do cộng đồng, xã hội vạch ra, thay vì mở ra hướng đi cho riêng mình. Những thành tựu của người Việt Nam thường là học hỏi từ người nước ngoài rồi phát triển thêm, chứ ít khi có thành tựu của riêng mình.

Sao bạn không thử theo sáng kiến này: chúng ta không thể dạy được ai, chỉ có thể phát hiện và phát huy tố chất bẩm sinh bên trong mỗi con người. Tuổi trẻ Việt Nam sao không được tạo điều kiện để bồi dưỡng và phát huy sự nổi trội về trí tuệ, cá tính của mình, tạo cho mình bản sắc riêng. Sau đó bạn học sinh Việt Nam sẽ được tạo điều kiện để thể hiện bản ngã và chọn cho mình một con đường đi, khi chọn đúng đường đi, sự cần cù chắc chắn bộc lộ ra. Chính sự thông minh, cá tính và bản sắc riêng cộng với việc tự do, có hướng đi riêng cho mình mới tạo ra sự cần cù và là nền tảng thực sự cho thành công.

ĐẠO ĐỨC CAO NHẤT LÀ LÀM ĐƯỢC GÌ

KARL MARX

"Làm được gì" ở đây là có tài làm được điều gì đó. Các nhà giáo dục Việt Nam thường không ý thức được điều trên, và đề cao cái đức hơn cái tài. Đây cũng là sai lầm tệ hại. Sao người ta không ý thức được rằng người không có tài, thường làm ăn kém. Họ có thể không phải đạo đức kém nhưng vì không có tài làm ăn nên đâm ra bần cùng sinh đạo tặc. Có người trẻ tuổi Việt Nam chưa hẳn bẩm sinh có đạo đức kém nhưng vì không có tài nên đi theo con đường hư hỏng để khẳng định mình.

Platon (Hy Lạp) nói: "nguyên nhân khiến con người tốt đẹp là vì anh ta có trí tuệ, nguyên nhân khiến con người xấu xa là vì anh ta ngu xuẩn". Mỗi con người Việt Nam có tài chưa hẳn có đạo đức tốt, nhưng vì giỏi làm ăn, khẳng định được mình trong xã hội nên đâm ra phú quý sinh lễ nghĩa. Họ được người xung quanh nể trọng, tôn vinh và họ cố gắng hết sức để không phụ lòng người xung quanh chứ chưa chắc đạo đức của họ đã tốt hoàn toàn. Khi con người ta không đề cao cái tài mà đề cao cái đức, ta sẽ chứng kiến sự suy đồi về đạo đức của cả hệ thống xã hội. Trong trường hợp ngược lại, nếu ta đề cao cái tài hơn cái đức ta sẽ thấy sự thiếu đạo đức của một số ít người, nhưng những người này pháp luật có thể trừng trị được. Còn nếu cả hệ thống xã hội suy đồi đạo đức, pháp luật cũng không thể làm gì được. Chỉ cần các bạn không vi phạm pháp luật và những chuẩn mực đạo đức của xã hội, tài năng luôn là yếu tố quan trọng để xây dựng nên xã hội.

NẾU MỘT NGƯỜI KHÔNG BIỂU LỘ RA MÌNH QUÁ THÔNG MINH TRONG MẮT NGƯỜI KHÁC, ANH TA ĐÃ KHÁ GIẢO HOẠT(GIAN XẢO, QUỶ QUYỆT) RỒI.

BRUYERE (PHÁP)

Trong cuốn "Đắc Nhân Tâm" có đoạn viết: "Khuyến khích họ, tức thì lỗi lầm gì cũng dễ sửa, việc khó khăn gì cũng dễ làm". Còn người Việt Nam thường làm ngược lại, vì không khuyến khích, đề cao tài năng của con người nên mỗi con người Việt Nam khó có thể làm việc lớn, việc khó khăn, lỗi lầm của người Việt Nam chẳng những không được sửa chữa mà còn tăng thêm. Sự hư hỏng tồn tại ở nhiều thành phần trong Việt Nam. Ngoài miệng đều nói là đạo đức nhưng sau lưng thì ưa kiếm những lợi lộc bằng những con đường phi chính thống.

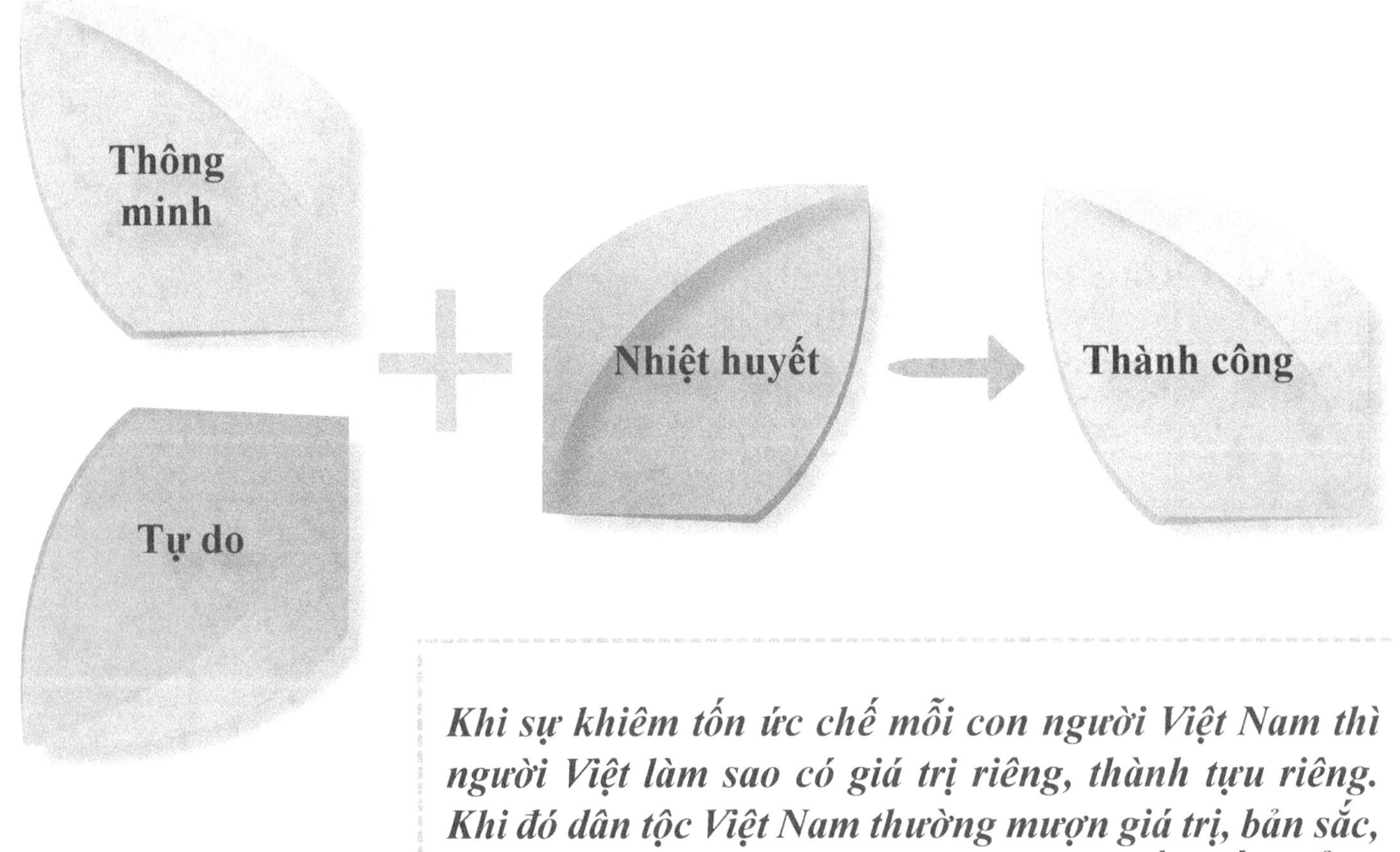

160

IV. HIẾU HỌC NHƯNG SAO BẠN KHÔNG HIẾU ĐỌC.

CÓ NÊN HIẾU HỌC CHỈ VÌ HIẾU DANH, SĨ DIỆN HAY KHÔNG.

LỜI THÚ NHẬN:

Thưa thật với độc giả, trước kia tôi cũng là người không đam mê đọc sách. Ngoài sách giáo khoa ra, cuốn sách mà tôi thích nhất chính là truyện. cho đến một ngày, năm tôi học cấp ba tôi đọc được cuốn "Đắc nhân tâm" và cảm thấy vô cùng thấm thía. Giá như trước đó tôi đọc được nó thì tôi đã không vấp phải nhiều cú ngã do sự non nớt của mình. Số là có một năm học tôi đã thẳng thắn phê bình một cô giáo để rồi năm học đó tôi bị hạnh kiểm trung bình trong khi học lực của tôi là học lực giỏi, kết quả năm đó tôi đạt học sinh trung bình. Giá như quý độc giả rút được kinh nghiệm từ tôi thì có lẽ cuộc đời của mỗi người Việt sẽ sang trang.

Văn hóa phương Tây còn có hình ảnh con lừa thồ sách. Con lừa tượng trưng cho những kẻ ngu ngốc trong văn hóa phương Tây. Con lừa thồ sách chính là hình ảnh những kẻ ngu ngốc, vẫn đọc sách mà không biết ứng dụng tri thức vào trong cuộc sống của mình, họ chỉ biết thồ sách trên lưng, xem nó như tài sản mà không biết vận dụng nó vào thực tiễn. Hình ảnh này có ý khuyên răn người đời đọc sách nhưng phải biết vận dụng tri thức vào cuộc sống chứ không nên giống như con lừa chỉ biết thồ sách trên lưng.

Tôi trước kia cũng là như con lừa thồ sách. Tôi thồ không biết bao nhiêu cuốn sách giáo khoa trên lưng và chẳng biết vận dụng chúng vào cuộc sống như thế nào. Đến một ngày tôi quyết định đọc những cuốn sách dạy làm người, dạy thành công ở nhà sách thay vì những cuốn sách giáo khoa.

Đọc sách giúp người ta thành công nhanh hơn, cao hơn. Nếu một cỗ xe với một con ngựa chạy trên đường, ta muốn nó chạy nhanh gấp đôi ta nên làm thế nào. Sao bạn không tăng gấp đôi số ngựa hoặc giảm một nửa trọng lượng xe. Muốn thành công sao bạn không trưởng thành ở ba phương diện: nhận thức, tư duy, tính cách. Giả sử ta coi ba thứ này như ba con ngựa giúp cho cỗ xe thành công của ta đi lên phía trước nhưng trong một lúc ta không thể có đầy đủ cả ba thứ, ta có thể có tư duy nhưng nhận thức và tính cách thì phải trải qua va vấp và một quá trình để đúc kết mới có được. Vậy nếu đọc một cuốn sách hướng dẫn một nhận thức, thói quen đúng đắn nào đó, ta có thể tiết kiệm được rất nhiều thời gian, công sức để ngộ ra nhận thức, thói quen đó. Khi bạn vào làm việc cho một công ty, bạn đặt mục tiêu năm, bảy năm để thăng tiến trong công việc. Tuy nhiên thời gian có thể dài hơn tùy thuộc vào công việc, bản thân bạn và may mắn. Nếu bạn xem qua cuốn sách " Bí quyết để được trả lương cao và thăng tiến nhanh hơn" của Brian Tracy bạn sẽ có được những nhận thức, thói quen đúng đắn mà mất vài năm ta mới ngộ ra được. Nếu bạn là giám đốc điều hành của một công ty, đang gặp khó khăn bạn có thể xem qua cuốn "Bí quyết của lãnh đạo tài năng" của Ken Blanchard và Marc Munchnick. Nếu muốn thành công nhanh hơn trong bất cứ lĩnh vực gì ta có hoàn toàn có thể tìm đến những cuốn sách về những lĩnh vực đó.

Đọc sách giúp người ta đổi đời. Yếu tố nào làm cho con người ta đổi đời, may mắn hay là thay đổi hoàn cảnh sống. Thực ra yếu tố làm người ta đổi đời chính là thái độ sống và cách sống. Con người ta sẽ đổi đời nếu con người ta trưởng thành hơn trong từng giai đoạn, trưởng thành hơn trong thái độ sống và có được cách sống đúng đắn. Để có được thái độ sống trưởng thành, cách sống đúng đắn, ta có thể trải nghiệm cuộc đời, học hỏi thái độ của người khác và được giáo dục cách sống. Sách chính là người thầy tốt nhất dạy ta cách sống. Một cô gái đang gặp trắc trở trong tình yêu, đang bế tắc về đường có thể xem qua cuốn " Bí mật tình yêu" của Trần Thị Thanh Du. Một người đang gian nan trên đường đời bất hạnh có thể tìm đến cuốn " Hạnh phúc không khó tìm" của Margara Lindsay. Sách có thể dạy ta cách sống đúng đắn, giúp ta trưởng thành hơn trong cuộc đời.

Tôi trước kia từng rất độc đoán, bảo thủ và không khoan dung với những cái tiến bộ như sách. Giống như tôi chẳng hạn, người Việt Nam rất hiếu học vì tính bảo thủ, độc đoán, không khoan dung với những cái tiến bộ nên ít khi mê đọc sách. Lúc nhỏ người Việt học vì gia đình, lớn lên học vì sĩ diện hão, để mưu sinh. Người Việt học vì thiên kiến của xã hội chứ không hề có chủ kiến cá nhân. Người Việt(ví như tôi chẳng hạn) ít đam mê tri thức

và cũng không biết được tri thức đem lại những gì cho cuộc sống con người. Có người thậm chí còn có thói quen bài bác, chê bai, có thái độ khinh miệt tri thức.

Tôi đã đọc hai cuốn "đắc nhân tâm" và "tôi tài giỏi, bạn cũng thế" và đã nâng tầm nó lên thành chiến lược phát triển giáo dục Việt Nam. Người Việt thường dịch các sách "dạy làm người", "dạy làm giàu", "phương pháp dạy con" của các nước khác sang tiếng Việt. Sao chưa thấy ai đọc những sách đó, rồi dựa vào những nghiên cứu của mình về người Việt, viết ra những cuốn sách giúp người Việt chỉnh sửa chính mình. Trong sách đó đưa ra những lời khuyên bổ ích cho người Việt, rồi dùng nghệ thuật đắc nhân tâm để thuyết phục người Việt đi theo những lời khuyên đó. Người Việt sở dĩ ít đọc sách vì sách do người Việt viết là để dạy người Việt.

Làm sao để tránh tình trạng đọc nhiều mà không áp dụng được bao nhiêu. Đọc sách giúp bạn phát triển IQ, nhưng trong cuộc sống EQ mới giúp chúng ta thành công.

Sáng tạo là một phần kĩ năng của EQ, nhưng sáng tạo là một khả năng không thể được dạy bởi một người thầy hay một cuốn sách nào cả. Một người thầy có thể dạy bạn một số lý thuyết, sách có thể gợi ý cho bạn một số ý tưởng, phần còn lại nằm ở bạn. Sự sáng tạo hoàn toàn là do bạn tự rèn luyện chứ không ai dạy được nó cả.

Bên cạnh khả năng sáng tạo là khả năng dám làm, dám chấp nhận. Nhiều ý tưởng mà không dám làm thì cũng như không. Không cuốn sách nào có thể dạy bạn nên can đảm như thế nào cả. Bạn chỉ can đảm, dám làm khi tiếp xúc với những người can đảm mà thôi. Ví dụ bạn muốn đầu tư chứng khoán, bạn đọc rất nhiều sách về chứng khoán. Nhưng bạn vẫn chưa dám dấn thân vào đầu tư thử. Vậy bạn nên tiếp xúc với những người đang đầu tư chứng khoán, tiếp xúc với họ, khả năng dám làm của bạn sẽ cao hơn. Sách dạy bạn lý thuyết, nhưng tiếp xúc với những người dám làm mới truyền cảm hứng cho bạn hành động.

IQ của bạn muốn bạn có đầy đủ điều kiện mới bắt đầu làm. Nhưng EQ của bạn nói với bạn rằng hãy làm ngay vì điều kiện chẳng bao giờ hoàn hảo để bắt đầu làm. Vậy bạn nên nghe ai, đương nhiên là EQ đúng. Vậy hãy đọc sách ở mức độ cần thiết, đủ để phát triển tư duy, không nên hướng tới sự hoàn hảo.

CHÚNG TA KHÔNG THỂ DẠY BẢO CHO AI BẤT CỨ ĐIỀU GÌ, CHÚNG TA CHỈ CÓ THỂ GIÚP HỌ PHÁT HIỆN NHỮNG GÌ CÒN TIỀM ẨN TRONG HỌ.

GALILEO

Mời bạn đón đọc tập 2